HẠNH PHÚC LÀ
ĐIỀU CÓ THẬT

HẠNH PHÚC LÀ ĐIỀU CÓ THẬT
NGUYÊN MINH

Bản quyền thuộc về tác giả và Nhà Xuất Bản Liên Phật Hội (United Buddhist Publisher - UBP).

Copyright © 2019 by United Buddhist Publisher

ISBN-13: 978-1-0907-1525-8
ISBN-10: 1-0907-1525-0

© All rights reserved. No part of this book may be reproduced by any means without prior written permission from the publisher.

NGUYỄN MINH

TỦ SÁCH RỘNG MỞ TÂM HỒN

HẠNH PHÚC LÀ ĐIỀU CÓ THẬT

UNITED BUDDHIST PUBLISHER
NHÀ XUẤT BẢN LIÊN PHẬT HỘI

Thay lời tựa

1.

"*Hạnh phúc là điều có thật.*" Hẳn sẽ có những độc giả cho rằng đây là một điều khá ngây ngô để nói lên, vì mỗi người trong chúng ta, có ai lại không một lần đã từng nếm trải cái gọi là "*hạnh phúc*"?

Vấn đề ở đây là, thế nào là hạnh phúc trong quan điểm của mỗi người, điều đó còn có khá nhiều khác biệt. Và nếu như quý vị có phần nào đồng ý với những trang viết sau đây, thì câu hỏi đặt ra: "*Hạnh phúc có thật hay chăng?*" sẽ không phải là một câu dễ trả lời như nhiều người vẫn tưởng.

2.

Với một số người - có lẽ là đa số - thì hạnh phúc dường như là cảm giác chúng ta có được khi thỏa mãn điều gì. Trong cơn khát cháy bỏng, một ly nước lọc đơn sơ cũng là nguồn mang lại hạnh phúc. Khi đang đói, một củ khoai lùi thơm nóng cũng có tác dụng tương tự. Chúng ta sung sướng được thỏa mãn đúng nhu cầu mình đang cần. Cơm no áo ấm, vợ đẹp con ngoan... hay nói rộng ra những vấn đề khác mà chúng ta cho là to tát hơn, quan trọng hơn, cũng đều tương tự. Một nông dân thu hoạch được mùa, một thương gia làm ăn có lãi, một bác sĩ có đông bệnh nhân, một chính trị gia giành được nhiều sự ủng hộ từ quần chúng... Nói chung, khi những nhu cầu của chúng ta được thỏa mãn, đều mang lại cho chúng ta cảm giác sung sướng. Và nếu chúng ta nhìn sâu vào vấn đề hơn chút nữa, chúng ta sẽ thấy ra một điều thú vị là, cảm giác mà chúng ta gọi là hạnh phúc đó, nó nhỏ nhoi hay to lớn không tùy thuộc vào những gì ta có được, mà là vào sự cần thiết của chúng ta nhiều hay ít, cấp bách hay hòa hoãn... Khi ta thật đói, một bữa ăn đơn sơ có thể làm ta sung sướng vô cùng; nhưng khi không có nhu cầu ăn uống, việc được mời dự một bữa tiệc thịnh soạn cũng chỉ là không đáng kể.

3.

Một số người khác cho rằng hạnh phúc là được sống, được làm theo những gì mình mong muốn, và như vậy cũng có nghĩa là phù hợp với nền giáo dục, đạo đức, tín ngưỡng... mà họ được đào luyện từ thuở nhỏ. Với những người này, sự thành tựu vật chất tuy không phải bị phủ nhận hoàn toàn, nhưng được xem là thứ yếu, và vai trò quan trọng để có được cái gọi là hạnh phúc phụ thuộc nhiều hơn vào yếu tố tinh thần, hay tình cảm. Chẳng hạn như, người ta có thể cảm thấy hạnh phúc khi được sống với người mình yêu thương, cho dù cuộc sống ấy có thiếu thốn, vất vả... Hoặc người ta có thể cảm thấy hạnh phúc khi được theo đuổi một mục tiêu lý tưởng của đời mình, cho dù phải chịu nhiều gian nguy, khốn đốn. Lý tưởng càng mạnh mẽ, tình cảm càng sâu xa... thì người ta càng cảm thấy sung sướng, hạnh phúc hơn khi được thực hiện những gì mình mong muốn.

4.

Trong cả hai cách hiểu trên, hạnh phúc đều có một trạng thái đối nghịch mà chúng ta gọi là đau khổ, khi không được thỏa mãn những nhu cầu của mình. Khi đói không được ăn, khát không được uống, mong cầu không thỏa mãn hoặc làm ăn thua lỗ... chúng ta đều phải nếm trải trạng thái không có hạnh phúc. Có một câu nói lên được ý tưởng này: *"Hạnh phúc là sự tạm dừng của những đau khổ."* Nghe có vẻ bi quan, nhưng chính những cách hiểu hạnh phúc như trên đã dẫn đến phát biểu rất chính xác này.

Và hạnh phúc như vậy quả thật là quá mong manh! Vật chất vốn không thường tồn, và những nhu cầu, mong muốn

Thay lời tựa

của chúng ta thì không giới hạn. Vì thế, chúng ta luôn sống trong trạng thái mong đợi nhiều hơn là thật sự được trải nghiệm cái gọi là hạnh phúc ấy. Ngay cả tình cảm của chúng ta cũng không phải là một cái gì tuyệt đối bất biến. Yêu thương hôm nay, ngày mai chán ghét; thỏa mãn lúc này, bất mãn lúc khác... Chúng ta luôn xoay vần theo những biến đổi quanh ta và trong chính bản thân ta, và hạnh phúc chỉ như một ngọn hải đăng xa vời lúc nào cũng nằm về phía trước, trong khi thực tế quanh ta thường xuyên là sóng gió ảm đạm mịt mù...

5.

Chính từ những suy nghĩ trên, đôi khi chúng ta thường hoang mang tự hỏi: *"Hạnh phúc, phải chăng là một điều có thật?"* Những khổ đau dập dồn đến với ta và những người quanh ta kéo dài đến nỗi đôi khi làm tiêu tan đi niềm hy vọng mong manh về một ngày mai tươi sáng. Chúng ta hoài nghi về tính cách tạm bợ của những gì ta đạt được, và hoài nghi cả về sự tồn tại của một trạng thái được xem là hạnh phúc. Bởi vì nếu nó được sản sinh từ những gì vốn là tạm bợ, thì dựa vào đâu để bản thân nó có thể có được sự tồn tại lâu dài? Hạnh phúc chân thật, vì thế, chỉ có thể là có thật và tồn tại cùng chúng ta trong cuộc sống khi nó không bị phụ thuộc vào những gì tạm bợ quanh ta. Và một trạng thái như vậy có thật hay chăng? Làm thế nào để mỗi người trong chúng ta có thể đạt đến? Đó là những nội dung mà chúng tôi sẽ cố gắng trình bày cùng độc giả trong cuốn sách này.

Thời gian là vốn quý

Chúng ta thường cảm thấy mình thiếu thốn về món này, món khác... nhưng rất ít khi cảm thấy mình thiếu thốn thời gian. Nói một cách chính xác hơn, sự quan tâm đến tính chất hạn chế của thời gian thật ra chỉ là vì chúng ta cảm thấy không có đủ để cho chúng ta làm được điều này điều nọ... Chúng ta rất hiếm khi hoặc không bao giờ thấy tiếc nuối thời gian chỉ vì đó là thời gian, là vốn liếng quý báu rất hạn chế mà cuộc đời ta có được.

Khi ta sinh ra, điều chắc chắn duy nhất mà ta có thể biết được về tương lai của mình đó là ta sẽ chết. Dù là yểu mạng ở tuổi đôi mươi, hay sống thọ đến khi trăm tuổi như mong ước của nhiều người, thì cuối cùng chúng ta đều phải chết. Và mỗi ngày chúng ta trải qua trong cuộc sống, có thể hiểu một cách hoàn toàn chính xác là mỗi một bước tiến gần hơn về điểm cuối cuộc đời.

Chúng ta không hề bi quan khi thừa nhận điều này, vì đó là sự thật! Chính thái độ tránh né không đề cập đến sự thật này mới là thái độ hèn nhát, bi quan. Chúng ta thừa nhận sự thật này để thấy rõ một điều thực tế: thời gian được sống trên cõi đời này là đáng quý biết bao!

Chúng ta sẽ càng ý thức rõ hơn sự quý giá này khi nhớ rằng chúng ta không hề được đảm bảo là mình sẽ còn sống được bao lâu nữa. Tôi đã có lần chia tay với một người bạn thân, để rồi chỉ vài hôm sau nghe tin anh ta không còn nữa. Thật vậy, mạng sống quý giá này của ta có thể chấm dứt bất kỳ lúc nào. Nhưng điều kỳ lạ là hầu hết chúng ta đều không thường xuyên nhớ đến điều đó!

Sự quý giá của thời gian không phải là để giúp chúng ta có thể làm được những điều này, điều nọ... Có quá nhiều những điều này nọ như thế đủ để cho chúng ta quay cuồng trong suốt một đời, nhưng cuối cùng rồi chúng ta sẽ không mang theo được gì cả! Vấn đề là chúng ta phải biết sống như thế nào để xứng đáng với giá trị thời gian ấy. Chúng ta lao động như một phương tiện để nuôi sống, nhưng bản thân sự lao động sáng tạo cũng chính là cuộc sống của chúng ta. Ngược lại, những giá trị vật chất được tạo ra luôn luôn có những giới hạn tạm bợ của nó, và rõ ràng không thể là mục đích cuối cùng để chúng ta nhắm đến. Những giá trị vật chất ấy có thể giúp cho ta có cuộc sống thoải mái hơn, nhưng nếu chúng ta chỉ hoàn toàn phụ thuộc vào chúng, chúng ta sẽ phải trả giá đắt. Nghệ thuật sống chân chính là ý thức được giá trị quý báu của đời sống trong từng khoảnh khắc tươi đẹp của cuộc đời.

Nhiều người cho rằng nhờ sức lao động điên cuồng trong những xã hội công nghiệp mà loài người chúng ta mới có được ngày hôm nay, với những chiếc xe gắn máy hiện đại, máy điều hòa không khí, máy giặt quần áo... và cho rằng những thành tựu vật chất ấy là có ý nghĩa to lớn nhất. Tôi không hoàn toàn phủ nhận điều ấy, nhưng nếu đánh đổi sự quý giá của thời gian trong một đời người chỉ để vật lộn trong các nhà máy nhằm tạo ra các tiện nghi vật chất ấy thì tôi cho là không đáng. Thật tội nghiệp cho những người có suy nghĩ như thế, và tôi sẵn sàng chấp nhận một cuộc sống đơn sơ để có được thời gian cho một cuộc sống ý nghĩa hơn.

Chúng ta điên cuồng lao động quên ngày giờ để làm ra của cải vật chất, nhưng cũng chỉ vì không biết nghệ thuật sống, chúng ta sẵn sàng thiêu hủy những thành tựu vật chất ấy chỉ trong chốc lát. Một quả tên lửa mà quân đội viễn chinh Mỹ bắn vào thủ đô Irak trị giá đến một triệu hai trăm ngàn đô-la, và sức tàn phá của nó hẳn cũng hủy diệt đi một giá trị vật chất tương tự hoặc nhiều lần hơn thế nữa.

Con người sinh ra trần trụi và chết đi cũng không mang theo được gì. Tất cả những giá trị chân thật mà chúng ta có thể có được luôn nằm ngay trong cách mà chúng ta sử dụng thời gian của đời mình. Chúng ta còn được bao nhiêu thời gian trong cuộc sống? Đó là một câu hỏi không ai có thể trả lời được. Có thể là mười năm, hai mươi năm, có thể là một năm, có thể là vài ba tháng... nhưng cũng có thể chỉ là trong chốc lát nữa thôi. Vấn đề này sẽ bộc lộ hoàn toàn ý nghĩa thiết thực của nó khi chúng ta thử hình dung mình mắc phải một chứng bệnh nan y nào đó, ung thư chẳng hạn. Và phán quyết của bác sĩ cho chúng ta là một hoặc hai tháng nữa sẽ từ bỏ cuộc đời này. Thật kinh hoàng biết bao! Và khi ấy, chúng ta mới thấy tiếc nuối cuộc sống này biết bao! Thế nhưng, một thực tế là có biết bao người không hề mắc bệnh ung thư, cũng không hề được ai dự báo trước, vẫn có thể đột ngột từ bỏ cõi đời này mà không theo một quy luật nào cả. Làm sao dám chắc rằng chúng ta lại không là một trong số đó? Nếu chúng ta có đủ can đảm chấp nhận sự thật ấy, chúng ta mới có thể sống thật trọn vẹn những giây phút hiện đang có được trong cuộc sống tươi đẹp này.

Thời gian cần phải được trân trọng trong từng khoảnh khắc. Khi chúng ta ý thức được rằng giá trị của cuộc sống nằm ở chỗ là chúng ta đang sống, chúng ta sẽ thấy tất cả những điều khác đều trở nên nhỏ nhặt, vụn vặt không đáng kể. Đời sống của ta quý giá, và đời sống của mọi người quanh ta cũng quý giá không thể lấy gì đánh đổi được.

Mỗi buổi sáng thức dậy, chúng ta nhìn lên bầu trời trong xanh có ánh nắng ban mai ửng hồng, hoặc một chồi non vừa nhú còn ướt đẫm sương đêm... Mỗi một thực thể xinh đẹp ấy đều nhắc nhở ta biết là đời sống của ta đang tồn tại, và ta tự nhủ với mình sẽ không bỏ phí một phút giây nào được tồn tại trong cuộc sống nhiệm mầu này. Ta sẽ sống như thế nào để bản thân có được niềm vui hạnh phúc, và mang niềm vui, hạnh phúc đến cho mọi người quanh mình.

Cuộc sống luôn diễn ra quanh ta, nhưng rất nhiều khi ta quên đi điều ấy. Chúng ta lo toan chuyện này chuyện khác, chúng ta vất vả để có được món này món nọ... Những thứ ấy không phải là không quan trọng, nhưng chúng đều là những gì thuộc về tương lai, mà tương lai thì không thể cảm nhận được một cách cụ thể, chắc thật như giây phút hiện tại mà ta đang sống.

Khi hiểu được như vậy, chúng ta vẫn làm việc không kém phần tích cực cho những mục tiêu mà mình nhắm đến, nhưng trên cả những điều ấy là chúng ta luôn ý thức được giây phút sống hiện tại của mình.

Chúng ta đào một cái hố trong vườn để đặt cây xoài con. Mục tiêu của chúng ta là tiếp tục vun bón để một ngày mai sẽ có quả xoài thơm ngọt cho chính chúng ta hoặc con cháu của chúng ta. Nhưng quả xoài hãy còn trong tương lai. Niềm vui thật sự của chúng ta không nằm ở tương lai mà là ngay trong giây phút hiện tại này, trong từng nhát cuốc chúng ta đào, trong việc bón phân lót và đặt cây xoài con, trong việc tưới nước và che mát cho cây con... Chúng ta cần phải biết tận hưởng được niềm vui trong đó. Nếu chúng ta nghĩ đến một ngày mai con cháu chúng ta sẽ có những quả xoài thơm ngọt để ăn, thì thật ra động lực mang lại niềm vui cho chúng ta là tình thương ta dành cho con cháu, không phải bản thân việc có được quả xoài. Khi chúng ta hiểu được như thế, thì dù nhiều năm sau đó cây xoài không sống được để cho trái - và điều này hoàn toàn có khả năng xảy ra - chúng ta sẽ không đau khổ. Chúng ta đã tận hưởng niềm vui ngay trong hiện tại và không có gì phải phụ thuộc vào một kết quả trong tương lai. Chúng ta đã làm hết sức mình để có những giây phút đẹp trong đời sống, và vì thế chúng ta không có gì phải tiếc nuối hay đau khổ vì những hoàn cảnh không mong muốn.

Chúng ta cũng có thể tận hưởng niềm vui cuộc sống ngay trong khi đi bộ đến trạm xe buýt hay khi đang chờ xe... Mỗi một khung cảnh mà ta được nhìn thấy quanh ta đều là những quà tặng vô giá của cuộc sống mà rất có thể ta sẽ không còn có dịp để nhìn thấy nữa. Khi tôi còn nhỏ, tôi rất mê nghe nhạc cổ điển. Nhưng máy hát đĩa trong nhà là thuộc quyền sử dụng của anh tôi, vì tôi vẫn còn quá nhỏ. Anh tôi lại rất ít khi nghe nhạc cổ điển, vì anh thích các ca khúc tiền chiến hơn. Như vậy là, cứ mỗi dịp hiếm hoi mà anh mở đĩa nhạc cổ điển, tôi liền tập trung hết cả tâm hồn mình để chú ý lắng nghe, vì tôi biết là sẽ rất hiếm khi lại được nghe lần nữa. Những lúc như thế, tôi thấy những nốt nhạc không chỉ còn là âm nhạc, mà chúng như một dòng suối tuôn chảy niềm vui về cho tôi. Quả thật là khi nghe nhạc theo cách ấy, tôi đã tận hưởng được tất cả những nét đẹp kỳ diệu trong âm nhạc.

Chúng ta cũng sẽ không phung phí thời gian để mơ mộng về tương lai hay nuối tiếc quá khứ. Từng giây phút ta đang sống trong bầu không khí trong lành quanh ta đều quý giá. Từng con người mà ta có may mắn được tiếp xúc cũng đều quý giá. Ta không thể ngồi cạnh một con người mà tâm hồn để mãi tận đâu đâu. Khi ấy, ta không cảm nhận được sự hiện hữu của người ấy, mà người ấy cũng sẽ không hề cảm thấy thật sự có ta. Niềm vui của ta chỉ có được trong một sự tiếp xúc thật lòng mà không nằm trong những mơ mộng viển vông. Đến một bông hoa, một cành lá... chúng ta cũng cần phải tiếp xúc thật lòng như vậy mới có thể cảm nhận được sự hiện hữu và vẻ đẹp của chúng.

Thời gian quý giá vẫn liên tục trôi qua không dừng nghỉ. Hãy sống như thế nào để thời gian trở thành một dòng sông, một dòng suối mát cuộn tràn niềm vui và hạnh phúc đến với ta trong dòng chảy không ngừng của nó. Chỉ như thế chúng ta mới không bỏ phí đi giá trị của thời gian, và mới nhận ra được hạnh phúc là một điều hoàn toàn có thật.

Giá trị của nụ cười

Một trong những giá trị chung nhất của nhân loại ở khắp nơi trên toàn thế giới có lẽ là nụ cười. Tôi và anh có thể không cùng ngôn ngữ nên tôi không sao hiểu được những gì anh đang nói, nhưng tôi sẽ dễ dàng hiểu được tâm trạng của anh khi nhìn thấy anh cười. Tự cổ chí kim, từ đông sang tây, con người ở đâu đâu cũng có chung một cách mỉm cười. Nụ cười biểu lộ niềm vui, và niềm vui là dấu hiệu tồn tại tích cực của cuộc sống. Chúng ta chỉ thật sự sống vui khi chúng ta còn giữ được nụ cười.

Chúng ta thường nghĩ rằng khi ta vui, ta sẽ mỉm cười. Điều đó thật ra cũng đúng nhưng là một quá trình không tích cực. Chúng ta nên nghĩ điều ngược lại, rằng khi ta mỉm cười, ta sẽ có được niềm vui. Chỉ khi hiểu theo cách này, ta mới thấy nụ cười là của chúng ta, là vốn quý của tạo hóa đã trao tặng, và ta phải tận hưởng nó càng nhiều càng tốt chừng nào mà ta vẫn còn tồn tại trên đời này.

Dôi khi chúng ta rất rộng lòng với người khác - những người ta thương yêu. Chúng ta có thể ban phát vật này, vật khác cho ai đó mà không cần có một lý do hoặc mục đích rõ rệt nào, chỉ giản dị là vì chúng ta đang yêu thương. Nhưng chúng ta lại thường khe khắt với chính mình, luôn giữ theo một thói quen cố hữu nào đó. Chẳng hạn như chúng ta chẳng bao giờ mỉm cười mà không có một lý do này nọ. Và vì thế chúng ta đánh mất đi rất nhiều nụ cười quý giá mà lẽ ra ta dễ dàng có được.

Thật ra, chỉ riêng một việc chúng ta đang còn được hít thở không khí tươi mát giữa cuộc đời này cũng đã là một lý do quá đủ để chúng ta mỉm cười. Rất tiếc là nhiều người đã lâu không quen nghĩ như thế.

Khi chúng ta mỉm cười, niềm vui dâng lên trong ta và tỏa lan đến những người quanh ta, đến cả cây cỏ, mây trời, ánh nắng... Hay có thể nói là cả cuộc đời này cùng mỉm cười với ta. Điều đó là có thật, và chỉ có thể được cảm nhận bởi những tâm hồn trong sáng, lành mạnh. Khi ta mỉm cười, ta chứng tỏ rằng ta đang ý thức sự hiện hữu của mình giữa cuộc đời, và vì thế mà cuộc đời trở nên thân thiết, có thật đối với ta. Ta nên mỉm cười theo cách hoàn toàn ý thức được giá trị nụ cười mang lại cho mình, thay vì chờ đợi có những lý do gợi mở nào đó theo thói quen mới mang lại cho ta một vài nụ cười hiếm hoi. Tự nhiên không hề giới hạn những nụ cười của ta, bản thân ta đừng nên khắt khe với chính mình một cách không cần thiết.

Buổi sáng vừa thức dậy là lúc tốt nhất để chúng ta tập mỉm cười. Vâng, tôi nói là cần phải luyện tập để có thể biết mỉm cười. Những ai trong chúng ta đã có được năng lực mỉm cười theo ý mình mà không cần luyện tập, tôi thành thật chúc mừng người ấy. Còn phần lớn những người khác, họ cần phải dành đôi chút thời gian luyện tập mới có thể có được thói quen mỉm cười.

Mỉm cười khi vừa thức dậy vào buổi sáng là điều rất tự nhiên. Qua một đêm dài, ta thức dậy và biết được rằng mình vẫn còn đang sống. Ta biết được là ngoài kia mặt trời đang lên, những con chim đang hót, bông hoa đang hé nở và những chồi non đang nhú cao... Cuộc sống tươi đẹp và mầu nhiệm đến thế, và ta đang có được cơ hội có thể là duy nhất này để tận hưởng tất cả. Làm sao ta lại có thể không mỉm cười? Trừ khi ta đã hoàn toàn quên đi tất cả những gì đang diễn ra quanh ta như thế, và bị cuốn hút chìm đắm vào một thế giới khác, thế giới của sự đánh mất chính mình và đánh mất cuộc đời. Ta có thể đưa ra trăm ngàn lý do để biện minh cho sự quên lãng đó. Ta đang lo toan việc này, việc nọ..., ta cần phải làm thế này, thế khác... nhưng thật chẳng ích gì mà đưa ra những lý do, khi vốn quý duy nhất của chúng ta là sự sống đã bị lãng quên không dùng đến.

Mỉm cười vào buổi sáng mang đến cho chúng ta sự tốt lành mà không gì có thể thay thế được. Như tôi đã nói trên, khi ta mỉm cười ta có được niềm vui. Bắt đầu ngày mới bằng niềm vui tức là ta đã khơi mở cho bao nhiêu niềm vui khác. Ta sẽ mở rộng lòng hơn với mọi người quanh ta và cũng khoan dung độ lượng hơn với chính bản thân mình. Vì thế, không những bản thân ta được vui, mà chúng ta còn mang lại niềm vui cho người khác. Khi mỉm cười, ta tự nhắc nhở mình rằng ta đang sống với niềm vui trong cuộc sống, và ta trân trọng, gìn giữ những niềm vui ấy.

Chỉ cần một thời gian ngắn thực hành việc mỉm cười vào buổi sáng, bạn sẽ có ngay thói quen tốt đẹp này. Chúng ta sẽ mỉm cười dễ dàng khi nhìn thấy một bông hoa, một cành lá, khi nhớ đến một câu thơ hay, hoặc khi nghe tiếng chim hót vui đâu đó... Nụ cười mang lại cho chúng ta một ngày thanh thản và tràn đầy niềm vui của sự tỉnh thức.

Khi một ai đó mỉm cười, ta nên chia sẻ niềm vui cùng người ấy. Vì thế, ta cũng sẽ mỉm cười. Tôi mỉm cười vì mọi người quanh tôi đang vui. Và mọi người quanh tôi vui vì tôi mỉm cười. Cuộc sống là một sự liên kết nhiệm mầu mà chúng ta không bao giờ có thể tìm được hạnh phúc thật sự khi ta chưa nhận ra mối liên kết ấy.

Nụ cười là biểu hiện của niềm vui, vì thế nó giúp ta xua tan sự buồn chán, mỏi mệt. Nó cũng giúp ta trấn tĩnh trước những âu lo, hoảng loạn. Khi tôi mỉm cười, tôi ý thức đúng về những giá trị của cuộc sống, và vì thế mọi nỗi lo toan đều sẽ trở thành vụn vặt. Tôi sẽ làm hết sức để vượt qua những khó khăn trở ngại, nhưng tôi không bao giờ để cho những điều ấy ngăn trở nụ cười, ngăn trở niềm vui của tôi. Nếu tôi đánh mất nụ cười vì những khó khăn, điều đó chỉ có nghĩa là tôi đang làm cho mọi việc trở nên tệ hại hơn mà thôi.

Những nghệ sĩ lớn, những nhà thơ, những nhạc sĩ chẳng hạn... đều biết cách mỉm cười. Các lãnh tụ lớn, những con người sống để mang lại niềm tin cho người khác, cũng đều biết cách mỉm cười. Một bài diễn văn hay và có sức thuyết phục đối với quần chúng, luôn được mở đầu bằng một nụ cười. Một khuôn mặt nhăn nhó, cau có... không thể mang đến điều gì may mắn hay tốt đẹp. Chúng ta thật khó có thể hình dung một nhạc sĩ sáng tạo ra những dòng nhạc mang đến cho ta niềm vui tràn đầy sức sống lại có thể làm được việc ấy khi anh ta không mỉm cười.

Khi một người mỉm cười, người ấy cũng mang lại sự bình thản, tin cậy cho mọi người chung quanh. Nụ cười nhắc nhở mọi người rằng, dù sao thì chúng ta vẫn đang còn sống, và sẽ không có bất cứ chuyện gì khác có thể xem là quan trọng hơn việc ta đang được sống giữa cuộc đời này.

Không phải vô cớ mà tự nhiên đã ban tặng cho chúng ta nụ cười như một biểu hiện của sức sống vui. Ý tôi muốn nói là, không phải chỉ có con người chúng ta mới biết mỉm cười. Cây cối xanh tươi vươn lên vì chúng đang mỉm cười. Khi một cây xanh héo rũ, ta biết nó đang thiếu vắng nụ cười. Một bông hoa luôn mỉm cười suốt trong thời gian tồn tại ngắn ngủi của nó, và chỉ từ bỏ nụ cười khi không còn giữ được nhựa sống để tươi nguyên. Thiên nhiên quanh ta tươi đẹp, vì tất cả đều đang mỉm cười. Vạn vật đều tận hưởng cuộc sống theo cách tốt nhất có thể có được. Chỉ có chúng ta là buông bỏ tự nhiên để chạy theo những tham vọng trong cuộc sống, thay vì là tận hưởng nó. Đã đến lúc ta phải học cách quay lại với tự nhiên nếu ta còn muốn giữ được nụ cười. Và chỉ khi đó ta mới có thể cảm nhận được rằng hạnh phúc là một điều hoàn toàn có thật.

Cơm no, áo ấm, không khí trong lành...

Khi chúng ta quan tâm đến đời sống của một ai, ta thường cầu chúc cho người ấy luôn được cơm no, áo ấm. Và từ lâu chúng ta quen nghĩ rằng đó là những nhu cầu tối thiểu cho cuộc sống của một con người. Có một điều chúng ta quên đi không nghĩ đến, vì chúng ta thường quá dễ dàng có được, đó là không khí ta hít thở mỗi ngày. Nhưng dường như đã đến lúc vấn đề cần thay đổi, vì không khí trong lành chung quanh ta đang bị đe dọa, và chúng ta phải hoàn toàn tỉnh táo mới có thể bảo vệ được bầu không khí này cho chính chúng ta và con cháu ta mai sau.

Chỉ cần ta nhớ lại, sẽ không có gì cần phải tranh cãi về tầm quan trọng của hơi thở. Ta có thể tạm gác một vài bữa ăn, thậm chí là nhiều bữa; ta có thể chịu đựng rét buốt một vài ngày, thậm chí là nhiều ngày... nhưng chúng ta hoàn toàn không có khả năng tạm ngưng hơi thở dù chỉ là trong thời gian rất ngắn.

Hơi thở quan trọng không chỉ vì nó nuôi sống cơ thể ta bằng dưỡng khí, cũng như thức ăn, nước uống được đưa vào cơ thể... mà còn vì nó gắn bó chặt chẽ với nhịp điệu sinh hoạt toàn thân và tinh thần của chúng ta. Khi ta thanh thản, bình an, hơi thở của ta nhẹ nhàng, khoan khoái. Khi ta lo lắng, sợ sệt, hơi thở trở nên nặng nề, khó chịu. Khi ta giận dữ, nóng nảy, hơi thở ta gấp rút, mệt nhọc... Điều rất lạ là chúng ta thường không mấy khi lưu tâm đến mối quan hệ thực tế rất quan trọng này.

Cũng giống như nụ cười, hơi thở cũng là tặng vật quý giá tự nhiên dành cho chúng ta. Vì thế, hơi thở là của ta, và ta cần quan tâm đúng mức đến nó, như đã từng quan tâm đến cơm ăn, áo mặc mỗi ngày.

Khi chúng ta chú ý đến hơi thở, chúng ta sẽ thấy rằng qua hơi thở ta có thể giữ được tâm trạng bình thản của mình. Những khi ta lo lắng, sợ hãi, chỉ cần ta giữ hơi thở cho đều đặn trong chốc lát, ta sẽ thấy trong lòng trở lại bình thản, tự nhiên. Những khi nóng giận, tức tối, chỉ cần giữ hơi thở cho thanh thản, bình thường, trong chốc lát ta sẽ lấy lại được sự an ổn trong lòng.

Hơi thở là cầu nối giữa chúng ta và cuộc sống. Hơi thở còn, chúng ta còn tồn tại. Hơi thở dứt, cuộc sống chúng ta mất. Vì thế, khi ta chú tâm đến hơi thở, ta ý thức rõ ràng được sự tồn tại của chính mình trong từng khoảnh khắc của cuộc sống.

Rất thường khi chúng ta không hề chú ý đến hơi thở của mình, vì đó là một tiến trình tự nhiên đến mức không cần quan tâm. Nhưng nếu chúng ta bắt đầu thực tập việc chú tâm vào hơi thở, ta sẽ thấy ngay được ý nghĩa quan trọng của việc này.

Từ lâu, những bộ môn luyện khí công đã hiểu được rất rõ tầm quan trọng của hơi thở. Công phu luyện tập được khởi đầu từ việc luyện hơi thở để làm phương tiện chính yếu rèn luyện các bộ phận khác của cơ thể. Người luyện khí công đạt kết quả tốt luôn phải biết cách chú tâm vào hơi thở và điều khiển được hơi thở theo ý muốn của mình.

Tuy chúng ta không phải ai cũng muốn rèn luyện khí công, nhưng để có thể sống tốt, tất cả chúng ta đều nên tập thở.

Có rất nhiều hình thức đơn giản để rèn luyện hơi thở. Thật ra, tất cả các bài thể dục mà chúng ta áp dụng đều cần thiết phải được kết hợp hài hòa với việc luyện hơi thở thì mới có thể phát huy được hết tác dụng tích cực của chúng.

Chúng ta có thể bắt đầu bằng việc giữ hơi thở hoàn toàn tự nhiên và chỉ cần chú tâm vào đó. Khi hơi thở đi vào, ta tỉnh thức nhận biết nó đang đi vào, và ta biết ta còn đang tồn tại. Khi hơi thở đi ra, ta tỉnh thức nhận biết nó đang đi ra, và ta biết ta vẫn còn tiếp tục được sống. Thở vào, thở ra, chúng ta đều tỉnh thức nhận biết. Và như vậy, ta gắn bó một cách tỉnh thức với cuộc sống, không xao lãng bất cứ một phút giây nào trôi qua.

Thông thường, khi chúng ta mới bắt đầu chú tâm vào hơi thở, chỉ một lúc sau hơi thở sẽ dần dần trở nên nhanh hơn, dồn dập hơn. Nhưng vì ta đang chú tâm, nên ta dễ dàng nhận ra ngay sự thay đổi không cố ý này. Điều này cũng dễ hiểu. Khi chúng ta chưa quen với sự tập trung chú ý, đầu óc chúng ta sẽ thấy hơi căng thẳng một chút trong giai đoạn khởi đầu. Và chính sự căng thẳng nhẹ đã làm cho hơi thở ta trở nên dồn dập hơn đôi chút. Bình thản, chúng ta điều hòa nhịp thở trở lại như bình thường, và tiếp tục chú tâm vào hơi thở. Chỉ cần qua vài ba lần, chúng ta sẽ thấy quen thuộc và không còn thấy có gì khó khăn nữa. Mỗi lần luyện tập có thể kéo dài tùy thích và tùy thuộc vào thời gian thuận tiện mà ta có thể dành ra trong ngày. Tuy nhiên, điều tốt nhất là nên sắp xếp bố trí thời gian sao cho đều đặn trong mỗi ngày.

Khi đã quen với việc tập thở, chúng ta nên duy trì và phát triển ngày càng thường xuyên hơn. Chúng ta sẽ bắt đầu có thể tập thở trong khi đi đường, lái xe, hoặc ngồi trên xe buýt. Chúng ta cũng có thể tập thở vào những quãng nghỉ giữa giờ trong ngày lao động hoặc những lúc tạm dừng công việc. Mỗi lần tập thở là ta tự nhắc nhở mình và quay về được với đời sống thực tiễn trong hiện tại. Lâu dần, hơi thở ta sẽ trở nên nhẹ nhàng, hiền hòa, và tâm hồn ta cũng theo đó trở nên ngày càng thanh thản, êm dịu hơn.

Ta cũng nên dành một ít thời gian cho việc luyện tập thở sâu. Điều này là cần thiết, vì nó giúp làm tăng thêm dung tích buồng phổi của chúng ta, nhất là với các bạn trẻ còn đang ở độ tuổi phát triển. Thông thường, chúng ta rất ít khi thở đầy buồng phổi của mình, và kéo dài qua nhiều ngày như vậy, ta tự tạo cho mình một thói quen cảm thấy rất khó thở thật sâu. Mỗi ngày nếu chúng ta dành ra ít phút để luyện tập thở sâu, ta sẽ khôi phục lại được khả năng hoạt động tốt hơn của buồng phổi, và điều đó rất có lợi cho sức khỏe.

Khi chúng ta có luyện tập hơi thở, mỗi việc làm của chúng ta sẽ dần dần tự nhiên gắn bó với nhịp điệu hơi thở. Người có luyện tập hơi thở, khi làm bất cứ việc gì cũng đều có sự nhịp nhàng và có sức chịu đựng bền bỉ hơn. Các vận động viên thể thao đều luôn biết cách phải kết hợp hơi thở như thế nào trong khi luyện tập cũng như thi đấu.

Sự chú ý vào hơi thở cũng giúp chúng ta gắn liền tâm ý với mọi hoạt động của cơ thể. Chúng ta không bị cuốn hút vào sự xao lãng mà luôn luôn tỉnh táo nhận thức rõ từng giây phút trôi qua trong cuộc sống.

Môi trường quanh ta cũng là điều quan trọng trong việc thực hành luyện tập hơi thở. Nếu bạn sống ở miền quê, bạn có cơ may được hít thở không khí trong lành nhiều hơn. Tôi nói nhiều hơn, vì ngay cả miền quê giờ đây cũng đã có ít nhiều ô nhiễm. Người ta phun thuốc trừ sâu và nhiều hóa chất khác bừa bãi khắp nơi; các trại chăn nuôi không đảm bảo điều kiện vệ sinh môi trường; và một số nhà máy cũng đang dần mọc lên ở các vùng quê... Có vẻ như con người giờ đây thật khó mà tìm được một nơi có không khí hoàn toàn trong lành...

Còn đối với cư dân thành phố, việc hít thở không khí trong lành giờ đây đã trở thành một điều gần như là thuộc về sự hưởng thụ xa xỉ. Bởi vì bạn phải lái xe hàng trăm cây số mới có thể làm được điều đó. Còn thứ không khí bình thường mà mọi người chen nhau hít thở hằng ngày là thứ không khí mà chỉ những phòng thí nghiệm khá tối tân may ra mới có thể cho chúng ta biết rõ được trong đó có những gì.

Đã đến lúc các nhà quản lý môi trường, và cả bản thân mỗi chúng ta nữa, cần phải làm một điều gì đó để cứu vãn tình thế, để con cháu chúng ta còn có cơ may được sống trong những thành phố có đủ không khí trong lành...

Và có lẽ để nhắc nhở cho nhau về điều này, chúng ta cũng nên thay đổi lời chúc tụng vẫn dành cho nhau từ xưa nay. Hãy nói: "Mong sao cho gia đình bạn luôn có được cơm no, áo ấm và không khí trong lành."

Cuộc sống chính là hiện tại

Nếu có một lúc nào đó bạn thử dành đôi chút thời gian để nhìn lại những suy nghĩ của chính mình trong một ngày, bạn sẽ thấy ra được nhiều điều rất thú vị.

Hầu hết những gì bạn suy nghĩ dường như đều hướng về tương lai hoặc quay lại quá khứ. Có rất ít những suy nghĩ được dành cho hiện tại, trừ khi bạn là người đã có thực hành nếp sống tỉnh thức.

Tư tưởng của chúng ta có thói quen bị cuốn hút trở về những gì đã trôi qua mà chúng ta cho là tốt đẹp hơn hiện nay; hoặc là mơ mộng vươn đến tương lai với những viễn ảnh mà ta hy vọng là sẽ vượt xa hiện tại. Những tư tưởng này làm cho ta thấy thích thú, và nhất là nó giúp ta tránh né không phải đối mặt với những khó khăn đang xảy ra trong hiện tại. Vì thế, chúng ta không lấy làm lạ khi mỗi lần gặp nhiều khó khăn thì dường như người ta lại càng hay nghĩ nhiều về quá khứ.

Những điều chúng ta mang nặng trong lòng nhiều nhất thường cũng là những điều đã qua. Có những việc trôi qua hàng đôi ba mươi năm, nhưng mỗi khi gặp điều gì nhắc đến, ta lại nhớ về nó như mới xảy ra hôm nào.

Những lo toan, tính toán của chúng ta thì chắc chắn là hoàn toàn rơi vào tương lai. Những dự định, mong muốn... tất cả đều hoàn toàn chưa có mặt trong hiện tại.

Và chúng ta tồn tại, sinh hoạt một cách tự nhiên nhờ vào những tư tưởng quay về quá khứ hoặc hướng đến tương lai đại loại như thế. Điều đó không có gì sai trái. Quá khứ đã trải qua cho chúng ta kinh nghiệm, và phần lớn xã hội loài người được tổ chức tốt nhờ vào kinh nghiệm. Tương lai cho ta hy vọng, nhờ vào hy vọng ta có được sức mạnh thúc đẩy để vượt qua khó khăn hôm nay. Tuy nhiên, điều quan trọng ở đây là chúng ta thường lầm lẫn giữa mục đích và phương tiện. Kinh nghiệm quá khứ và hy vọng tương lai là những phương tiện giúp ta sống tốt hơn, nhưng bản thân cuộc sống lại chính là hiện tại. Chúng ta chỉ có thể vui buồn, thương yêu, hờn giận... bằng vào hiện tại mà thôi. Không thể có niềm vui quá khứ hay hạnh phúc tương lai khi không có hiện tại đang hiện hữu của hôm nay.

Lấy một ví dụ để làm rõ hơn. Ta có thể không quên một hành vi lường gạt, dối trá của ai đó trong quá khứ. Và điều này mang lại cho ta kinh nghiệm quý giá để không bị lường gạt theo cách tương tự như thế một lần nữa. Nhưng nếu ta nhớ lại và căm giận, tức tối về những nhân vật A, B... nào đó đã lường gạt ta, liệu điều đó có ý nghĩa gì? Những nhân vật A, B... của quá khứ không còn tồn tại trong hiện tại, nhưng sự căm giận, tức tối như thế sẽ là có thật. Và tác động duy nhất của việc ấy chỉ là nuôi dưỡng thêm những khổ đau, bất hạnh cho chính ta mà thôi.

Những hy vọng tương lai cũng thế. Liệu có chút ý nghĩa gì khi ta chỉ mơ mộng đến tương lai mà không có những hành động thiết thực, đúng đắn ngay trong hiện tại này?

Điều mà chúng ta cần nhận thức rõ ở đây là cuộc sống chính là hiện tại. Chỉ trong hiện tại ta mới có thể tìm được niềm vui, hạnh phúc, mới tận hưởng được giá trị thiêng liêng mà cuộc sống mầu nhiệm ban tặng cho mỗi chúng ta. Sử dụng thời gian quý giá trong hiện tại này để nuối tiếc về quá khứ hay sống với những viễn ảnh về tương lai đều là những sự hoang phí rất đáng tiếc.

Chúng ta không làm gì được với quá khứ, và chúng ta cũng không có khả năng nắm chắc được tương lai, nhưng chúng ta có trọn quyền hành động trong hiện tại. Từ hiện tại này, chúng ta quyết định việc quá khứ và tương lai tác động đến ta như thế nào.

Ta không thay đổi được quá khứ, nhưng ta có thể từ chối những tác động không hay mà quá khứ mang đến cho ta. Ta thường an ủi người khác rằng chớ nên quá đau buồn vì những chuyện đã qua, nhưng chính bản thân ta không làm được như vậy. Hầu hết chúng ta đều như vậy. Đó là vì ta chưa hiểu được rằng cuộc sống chính là hiện tại. Ta sợ rằng nếu buông bỏ quá khứ đi ta sẽ không còn tồn tại được, vì những gốc rễ của quá khứ đã ăn sâu trong ta. Nhưng ta không hiểu rằng chẳng cần phải buông bỏ quá khứ, chỉ cần ta từ chối không chấp nhận những ảnh hưởng xấu của nó mà thôi. Điều này là hợp lý và ta hoàn toàn có thể làm được. Như dạo chơi trong một khu bán hàng, ta có quyền chỉ chọn mua những gì ta thích. Ta không chối bỏ quá khứ, nhưng ta không có nghĩa vụ phải đau đớn, buồn thương, căm giận... về quá khứ. Những điều đó chỉ có hại cho hiện tại tươi đẹp này của ta mà thôi.

Chúng ta cũng tạo dựng nên tương lai bằng chính hiện tại này. Chẳng hạn, chúng ta không thể chỉ ngồi lo lắng về một viễn ảnh môi trường bị phá hoại trong tương lai. Như thế không ích lợi gì. Nhưng ta có thể làm một điều gì đó dù nhỏ nhoi, như chọn dùng những sản phẩm có lợi cho môi trường, hạn chế việc sử dụng bừa bãi các hóa chất độc hại, giữ vệ sinh khu phố nơi mình ở... Mỗi việc làm của ta đều góp phần trong việc quyết định tương lai sẽ như thế nào. Điều quan trọng hơn nữa là khi bắt tay vào việc như thế, ta đã thật sự sống trong hiện tại của mình. Và nhờ đó ta mới có thể cảm nhận được niềm vui cuộc sống.

Khi hiểu được rằng cuộc sống chính là hiện tại, ta sẽ không còn muốn phí thời gian cho quá khứ hoặc tương lai nữa. Ta sẽ muốn dành trọn tất cả cho hiện tại này. Và chỉ khi đó ta mới cảm nhận được hết những gì đang xảy đến với ta.

Chúng ta cần học biết cách để quay về hiện tại. Vâng, tôi nói là quay về, vì có rất nhiều khi chúng ta rời bỏ hiện tại một cách hoàn toàn không cố ý, nhưng là theo những thói quen cố hữu. Đôi khi, chúng ta dạo chơi với một cháu bé rất dễ thương trong công viên xinh đẹp. Nhưng ngày mai ta sẽ có một cuộc họp quan trọng. Và hoàn toàn không cố ý, ta bắt đầu nghĩ về việc mình sẽ nói gì trong buổi họp, rồi ta hình dung, tưởng tượng những người khác sẽ nói gì, ta sẽ phản ứng ra sao... Thế là ta rời bỏ công viên xinh đẹp, rời bỏ cháu bé... Ta không còn biết có giây phút hiện tại nhiệm mầu ta đang có thể tận hưởng cuộc sống tươi đẹp quanh mình. Và vì ta không cảm nhận được vẻ đẹp của công viên, nên lúc đó công viên xinh đẹp này không còn hiện hữu đối với ta. Cháu bé cũng sẽ nhận ra sự không quan tâm của ta, và cháu chạy đi tìm một niềm vui nơi khác. Có thể cháu sẽ chơi với vài hòn sỏi, một khóm hoa... Ta cho rằng đó là những vật vô tri, nhưng chúng đang hiện hữu cùng cháu bé, còn ta tuy hiện diện nơi ấy nhưng lại hoàn toàn xa cách...

Có thể ta biện minh cho những suy nghĩ của mình là thể hiện tinh thần trách nhiệm, là do điều này điều nọ... Nhưng tất cả đều không phải là những lý do có thể chấp nhận được. Không một ông chủ, một cơ quan nào có quyền chi phối bạn phải mất thêm thời gian ngoài những giờ làm việc quy định. Nếu bạn là người biết sống trong hiện tại, thời gian bạn dành cho công việc đã là quá đủ, vì những lúc ấy bạn không nghĩ đến gì khác ngoài công việc. Nhưng khi bạn dạo chơi thì thời gian dạo chơi đó là của bạn, nếu bạn dành thời gian ấy để nghĩ đến bất cứ điều gì khác, sẽ không còn chút ý nghĩa nào của việc dạo chơi.

Đứng về mặt khoa học mà nói thì việc sắp xếp thời gian "giờ nào việc ấy" là hoàn toàn hợp lý không có gì phải bàn cãi. Nhưng chỉ tiếc là thói quen của chúng ta thường không theo nề nếp như vậy.

Những lúc như thế, ta phải biết cách nhận ra chính mình và quay về với hiện tại.

Chúng ta có thể mỉm cười khi tự mình nhận ra sự "lạc đường" này. Nụ cười của chúng ta báo cho cháu bé biết là ta đã trở về, và cháu có thể tung tăng chạy đến nô đùa cùng ta. Nụ cười của ta cũng báo cho thảm cỏ xanh, hàng cây rợp bóng, hồ nước mát... tất cả đều biết là ta đã quay về. Ta mỉm cười với tất cả và tất cả mỉm cười với ta. Cảnh đẹp bao giờ cũng mỉm cười, chỉ có ta đã lãng quên đi không nhận ra nụ cười ấy.

Để chắc chắn mình sẽ không rời bỏ hiện tại này một lần nữa, ta có thể bắt đầu thực tập chừng năm mười hơi thở, hoặc nhiều hơn nếu cần.

Khi ta thở vào, ta biết mình đang hiện hữu nơi đây cùng cháu bé kháu khỉnh dễ thương và khung cảnh công viên xinh đẹp. Khi ta thở ra, ta biết là tất cả đều đang hiện hữu cùng ta trong một thực tại nhiệm mầu. Ta cũng biết là thời gian tồn tại của ta trong cuộc đời này có giới hạn và rất mong manh. Có thể ngày mai, hoặc chỉ chốc lát nữa đây, ta sẽ không còn có dịp để tận hưởng cuộc sống này. Và vì thế, ta không nên bỏ phí dù chỉ là một giây phút thoáng qua.

Các cháu bé còn nhỏ tuổi luôn cho ta những hình ảnh đẹp về cách sống trong hiện tại. Các cháu không nghĩ về quá khứ, chẳng lo lắng về tương lai. Khi ở bên ta, các cháu thật sự hiện hữu cùng ta. Khi nô đùa, các cháu để hết tâm trí vào trò chơi của mình... Điều đó cho thấy bản năng tự nhiên của chúng ta là sống trong hiện tại. Quá khứ đã để lại những vết hằn sâu đậm trong ta, và gánh nặng tương lai làm ta không dám ngơi nghỉ... Những điều đó tạo thành nơi chúng ta một thói quen xa rời hiện tại, và đánh mất cuộc sống của chính mình, bởi vì cuộc sống chính là hiện tại. Đã đến lúc chúng ta phải học biết cách sống trong hiện tại để có thể cảm nhận, tận hưởng được niềm vui và hạnh phúc trong cuộc sống này.

Suy nghĩ những gì có lợi...

Trong các bộ phận của cơ thể chúng ta, quả tim là một trong những cơ quan hoạt động không bao giờ dừng lại. Bởi vì điều đó là cần thiết. Chỉ cần tim ngừng đập, cuộc sống sẽ không còn. Nhiều bộ phận khác không cần thiết phải làm việc liên tục như thế, chúng được phép nghỉ ngơi, và thường là chúng đòi hỏi được nghỉ ngơi khi mệt mỏi. Khi đi nhiều chúng ta cần nghỉ chân, làm việc mỏi chúng ta cần nghỉ tay, đọc sách nhiều cần nghỉ mắt...

Nhưng ngay chính quả tim cũng có cách nghỉ ngơi của nó. Khi cơ thể không phải làm việc nhiều, tim đập chậm lại, chỉ hoạt động ở mức tối thiểu.

Suy tưởng của chúng ta thì không như thế. Nhiều khi chúng không hề được ngơi nghỉ. Chúng ta suy nghĩ việc này nối việc kia. Chuyện vui, chuyện buồn, lo lắng, hờn giận, thương yêu... đủ thứ chuyện. Ngay cả trong giấc ngủ, cũng không mấy khi đầu óc ta được nghỉ ngơi. Thường thì khi ta lo toan ám ảnh việc gì, ngay trong giấc ngủ chúng ta cũng sẽ tiếp tục chìm vào những suy nghĩ về việc ấy.

Mỗi hoạt động thể lực của chúng ta đều có một mục tiêu cụ thể sẽ hoàn tất vào thời điểm nhất định nào đó. Chúng ta xới một luống đất, dựng một bờ rào, sửa chữa một mái nhà... những công việc ấy đều sẽ hoàn tất và khi ấy ta được nghỉ ngơi.

Nhưng hoạt động suy nghĩ thì không như thế. Chúng ta không biết được suy nghĩ đến lúc nào thì hoàn tất một việc.

Chuẩn bị cho một đám cưới, ta lo ngày, lo đêm, nhưng vẫn chưa yên lòng là mọi việc đã xong. Những công việc cụ thể có thể là đã đầy đủ, nhưng nỗi lo của chúng ta không bao giờ là đủ. Bất cứ khi nào còn có thời gian, ta vẫn còn tiếp tục lo nghĩ.

Mặt khác, khi ta lao động thể lực, càng mệt nhọc ta càng ăn uống được nhiều hơn, ngủ ngon hơn, và nhờ đó cơ thể được bù đắp lại năng lượng đã mất đi. Ngược lại, khi lo nghĩ nhiều hoặc làm việc đầu óc căng thẳng ta càng ăn không ngon, ngủ không yên. Điều này càng làm tăng thêm sự mệt mỏi.

Khi cơ thể mỏi mệt, ta dễ dàng bắt đầu quá trình nghỉ ngơi bất cứ khi nào có thể. Nhưng khi đầu óc mỏi mệt, chúng ta thường không biết làm thế nào để dừng lại các suy nghĩ và nghỉ ngơi.

Tất cả các loại máy móc cũng cần được nghỉ ngơi, và người chế tạo bao giờ cũng thiết kế một cách nào đó để người sử dụng cho máy dừng lại. Đầu óc ta không có những phương cách cụ thể như vậy để cho dừng lại.

Nhưng không phải tất cả những suy nghĩ của chúng ta hằng ngày đều là cần thiết hoặc có lợi. Rất nhiều trong số những suy nghĩ này là vô ích và chỉ được gợi lên theo thói quen hoặc sự liên tưởng. Nếu chúng ta biết chọn lựa, chúng ta có thể cắt bỏ đi rất nhiều suy nghĩ như thế để đầu óc ta được thảnh thơi hơn.

Và sự chọn lựa như vậy là hoàn toàn có thể thực hiện được, nếu chúng ta biết luyện tập và áp dụng một số phương pháp thích hợp.

Một trong những phương pháp đơn giản mà hữu hiệu nhất để dừng lại dòng suy nghĩ của chúng ta là chú tâm vào hơi thở. Khi chú tâm vào hơi thở, chúng ta quay trở về với hiện tại, ý thức được sự hiện hữu của mình trong thực tại nhiệm mầu và cắt bỏ được dòng suy nghĩ mông lung không cần thiết.

Ta cũng có thể mỉm cười trong ý thức tỉnh táo về nụ cười, để nhắc nhở chính mình về sự quý giá của thời gian đang trôi qua và những giá trị thực tại đang hiển bày của cuộc sống. Khi ấy, ta có thể hoàn toàn cảm nhận được một bông hoa, một cành lá, một áng mây trôi... hay bất cứ vẻ đẹp tự nhiên đơn sơ nào đó đang hiện hữu. Sống trong hiện tại như thế, ta dễ dàng dừng lại được những suy nghĩ không cần thiết.

Chúng ta nên tránh thói quen dùng thuốc ngủ vào những khi đầu óc quá căng thẳng không ngủ được. Thuốc ngủ không giúp ta nghỉ ngơi đầu óc, ngược lại nó tạo ra những giấc ngủ đầy căng thẳng, nên chúng ta càng thấy mệt mỏi hơn khi thức dậy. Về lâu dài, thuốc ngủ còn có tác dụng gây nghiện và làm giảm trí nhớ. Thay vì dùng thuốc ngủ, những lúc ấy chúng ta hãy thực tập chú tâm vào hơi thở và giữ cho hơi thở thật điều hòa thư thái. Khi dòng tư tưởng được cắt đi và chúng ta quay về với hiện tại, sự căng thẳng giảm dần và giấc ngủ bình thường sẽ đến với ta.

Nếu chúng ta thực tập cắt bỏ những suy nghĩ lan man vô ích, chúng ta sẽ luyện được cho mình thói quen chỉ suy nghĩ những gì có lợi. Có lợi ở đây nghĩa là có thể mang lại niềm vui, hạnh phúc cho bản thân ta và cho mọi người. Sự phân loại như thế sẽ bao gồm những suy nghĩ thật sự cần thiết cho công việc, cho việc hoàn thiện bản thân, giúp đỡ người khác... Nhưng chúng ta cũng cần thực tập cả việc phân bố thời gian cho những suy nghĩ như thế, nghĩa là không để chúng len lỏi vào bất cứ thời gian nào trong ngày của ta. Khi ta đã quyết định nghỉ ngơi, thì ngay cả những suy nghĩ như thế cũng không cần đến, bởi vì chúng sẽ lôi cuốn chúng ta rời khỏi hiện tại và đánh mất cuộc sống.

Suy xét về ý nghĩa "cuộc sống chính là hiện tại" cũng sẽ giúp ta loại bỏ được những suy nghĩ "lạc đường". Hầu hết những suy nghĩ của chúng ta luôn quay về quá khứ hoặc hướng đến tương lai. Và ý thức đầy đủ về sự sống trong hiện tại sẽ giúp ta buông bỏ dễ dàng những suy nghĩ ấy.

Hoạt động đầu óc làm chúng ta mệt mỏi đôi khi còn hơn cả các hoạt động thể lực. Biết suy xét và chọn lọc, cùng với sự thực hành luyện tập trong một thời gian, chúng ta sẽ có được một đầu óc thảnh thơi và sáng suốt hơn nhiều. Đó cũng là nền tảng để đạt được niềm vui và hạnh phúc chân thật trong cuộc sống.

Chọn lọc môi trường sống

Chúng ta không tồn tại một cách độc lập, cá biệt, mà bao giờ cũng tồn tại trong một môi trường nhất định. Tôi muốn nói đến tất cả những gì bao quanh ta, các điều kiện vật chất lẫn tinh thần mà chúng ta thường xuyên tiếp xúc. Những thứ ấy tác động tích cực hoặc tiêu cực đến chúng ta, phần lớn là tùy thuộc vào phương thức mà ta nhận hiểu, chọn lọc và tiếp xúc với chúng.

Để có được một tâm hồn yên tĩnh, người ta thường tìm đến một nơi yên tĩnh. Điều đó cũng đúng thôi, và trong một số trường hợp cũng mang lại hiệu quả. Tôi nói một số trường hợp, là vì có những trường hợp khác khi mà việc tìm đến một nơi yên tĩnh cũng không giúp ích gì cho ta. Cơn sóng gió không nằm ở bên ngoài mà nằm ngay trong chính nội tâm. Chúng ta cần phải biết ngăn ngừa từ những nguyên nhân làm cho nó sinh khởi lên, hơn là tìm cách trốn tránh không đối mặt.

Trong xã hội văn minh công nghiệp ngày nay, nhiều khi việc chọn một nơi yên tĩnh để sống là vượt quá khả năng của nhiều người. Chúng ta cần công việc làm. Chúng ta cần tiện nghi đời sống. Con cái chúng ta cần học hành... Và chúng ta buộc phải sống ở bất cứ nơi nào mà ta có thể xoay xở để kiếm ra được trong một thành phố dân cư đông đúc, chen chúc lẫn nhau. Trong những trường hợp ấy, ta cần có những phương thức chọn lọc để bảo vệ chính mình trong một môi trường có nhiều độc hại cả về vật chất lẫn tinh thần.

Khi chúng ta tiếp xúc với môi trường sống, các giác quan của ta mở ra như những cánh cửa sổ mở ra của một căn phòng. Căn phòng cần có cửa sổ, để qua đó ta có thể đón được ánh sáng, những cơn gió mát, nắng ấm ban mai, hoặc hương thơm hoa cỏ trong vườn... Nhưng có những lúc ngoài trời giông gió, mưa bão, ta cần phải kịp thời đóng các cửa sổ lại. Nếu không, mọi thứ trong phòng sẽ bị gió lùa vào thổi tung lên, hoặc nước mưa lạnh sẽ tạt vào phòng...

Các giác quan của ta cũng vậy, cũng có những lúc cần được đóng lại, để bảo vệ tâm hồn ta khỏi những cơn gió độc từ bên ngoài.

Tôi đã tiếp xúc với nhiều người và thấy là họ không biết đóng các cửa sổ lại khi cần thiết. Đôi khi, vài ba người trò chuyện với nhau trong tiếng nhạc ầm ĩ, và thay vì tắt máy đi, họ lại cố nói to hơn để có thể nghe rõ nhau. Tôi không sao hiểu nổi họ thưởng thức được gì nơi âm nhạc trong những trường hợp như thế.

Rất nhiều khi chúng ta thấy cô đơn, buồn bã, và thay vì tìm hiểu nguyên nhân vấn đề, chúng ta lại tìm đến một nơi ồn ào náo nhiệt nào đó để "giải buồn". Những khi ấy, thường thì sau đó ta lại càng cảm thấy cô đơn, buồn bã hơn.

Khi có một nhóm người gặp nhau và trò chuyện, họ nói bất cứ chuyện gì thuận tiện. Những câu chuyện ồn ào không nhắm đến mục đích nào cụ thể, hoặc phê phán, chỉ trích người này người nọ... Những câu chuyện vô bổ không chỉ là hoang phí thời gian, chúng còn làm cho đầu óc chúng ta không được ngơi nghỉ. Nhưng chúng ta rất ít khi quan tâm đến việc chọn lọc những câu chuyện mà mình nói hoặc nghe, cho dù chúng có thể chiếm những khoảng thời gian khá lớn trong ngày của ta.

Đôi khi chúng ta mở ti-vi lên và chẳng xem gì cả, nhưng chúng ta không chịu tắt đi. Chúng ta sợ trong nhà sẽ vắng vẻ, buồn bã nếu không có một âm thanh nào đó. Các chương trình ti-vi được phát sóng cho hàng triệu người xem, không phải riêng mình ta. Khi thấy thích hợp, chúng ta xem. Khi không thích hợp, hãy tắt máy đi. Không phải tất cả phim ảnh được trình chiếu đều thích hợp với chúng ta hoặc gia đình ta, chúng ta hoàn toàn có quyền chọn lọc và cần phải biết chọn lọc.

Nếu chúng ta nhớ lại rằng thời gian là vốn quý như thế nào, chúng ta sẽ không phí những giây phút vô vị trước màn ảnh ti-vi khi thật sự không có hứng thú để xem những gì trên đó.

Chúng ta có những khả năng lựa chọn khác giúp ích nhiều hơn cho tâm hồn. Đọc một vài chương sách về chủ đề mình cần học hỏi, nghe một khúc nhạc mình thật sự yêu thích... hoặc đơn giản hơn chỉ cần ngồi yên và tập thở.

Cuộc sống thường ngày của chúng ta sôi động quá, đầy những âm thanh náo nhiệt ồn ào và những hoạt động diễn ra xôn xao, căng thẳng. Quay cuồng trong một môi trường như thế quá lâu, ta dễ cảm thấy sợ sệt, trống vắng khi ngồi yên để tập thở.

Thật ra, chỉ cần ngồi yên và chú tâm vào hơi thở, ta có thể dừng lắng lại những sôi động trong tâm tưởng, và nhận thức rõ được sự tồn tại đầy ý nghĩa của mình trong hiện tại.

Khi chúng ta tỉnh táo nhận thức được sự tồn tại của mình trong từng giây phút hiện tại, ta dễ dàng nhận ra được những gì có lợi và những gì độc hại trong môi trường chung quanh. Ta tiếp xúc một cách chọn lọc với những gì tươi mát, sinh động và tránh xa những gì độc hại, vô bổ. Nói cách khác, ta biết cách đóng các cửa sổ giác quan của mình lại vào những khi cần thiết.

Trong chừng mực giới hạn của môi trường mình đang sống, ta cũng có thể chọn lọc những gì tốt nhất. Một ngày chủ nhật dành cho cả gia đình sẽ có ý nghĩa hơn khi ta đưa các con đến một công viên thoáng mát hay về một vùng quê có không khí trong lành. Ta đã có quá đủ những náo nhiệt của một đời sống công nghiệp hiện đại, ta cần bổ sung một chút gì đó yên lắng hơn, gần gũi với thiên nhiên hơn. Và trẻ con càng đặc biệt cần đến điều đó hơn cả chính bản thân ta.

Trong sinh hoạt gia đình chúng ta cũng cần có những giây phút dừng nghỉ trong ngày. Điều này là quan trọng, vì nó sẽ giúp cho mọi thành viên trong gia đình trở nên gần gũi nhau hơn và có những cơ hội thuận tiện để chia sẻ tâm tư tình cảm với nhau. Không nên tập cho trẻ con có thói quen nghe nhạc ầm ĩ suốt ngày. Chỉ mở nhạc lúc nào có thể dành thời gian để thưởng thức âm nhạc thật sự. Cả gia đình cần ý thức được sự cần thiết của những giây phút yên tĩnh và biết tôn trọng sự yên tĩnh của nhau.

Thỉnh thoảng có những dịp chúng ta mời khách đến nhà để chiêu đãi. Điều đó là cần thiết trong giao tiếp xã hội. Nhưng có rất nhiều khi chúng ta làm việc này vì thói quen hơn là sự cần thiết. Chúng ta nên biết rằng, nếu vượt quá giới hạn của sự cần thiết thì những dịp như thế sẽ làm tổn hại đến sinh hoạt gia đình. Và thường thì ta rất khó lòng kiểm soát được những phiền toái nào đó có thể xảy ra trong và sau một bữa tiệc.

Việc nói chuyện điện thoại cũng là một trong những điều kiện tiếp xúc với môi trường mà đôi khi chúng ta không quan tâm đến. Chúng ta có thói quen hối hả lao đến nhấc ống nghe như thể sợ rằng sẽ không kịp đón nhận một tin quan trọng nào đó. Làm như vậy, chúng ta tự tạo ra cho mình một sự căng thẳng không cần thiết. Và nếu ta đang dùng cơm hoặc trò chuyện với mọi người khác trong gia đình, sự căng thẳng ấy sẽ lan sang tất cả những thành viên khác.

Nếu nghĩ lại một chút, ta sẽ thấy rõ sự vô lý của mình. Nếu người gọi đến có chuyện gì cần trao đổi với ta, họ sẽ đủ kiên nhẫn để chờ đợi năm ba hồi chuông, không có gì là quá đáng. Hãy bình thản khi nghe chuông điện thoại, chậm rãi nhấc ống nghe. Với tâm trạng đó, chắc chắn ta sẽ sáng suốt hơn khi trao đổi một chuyện gì đó qua điện thoại.

Và nếu đủ điều kiện, ta nên lắp một máy điện thoại có chức năng tự trả lời. Trong trường hợp đó, ta có thể chọn nghe hoặc không nghe vào từng thời điểm. Không gì bực dọc hơn cho những người khác trong gia đình khi đang bữa cơm ta phải bỏ đi nghe điện thoại, và nếu cuộc điện đàm kéo dài chừng năm mười phút, sự bực dọc sẽ càng tăng thêm. Chúng ta có thể chọn giải pháp không nhận điện thoại vào lúc đó. Nếu là việc quan trọng, sau giờ ăn ta sẽ gọi lại cho người kia. Nếu chỉ là một chuyện tán gẫu bình thường, ta có thể bỏ qua. Chỉ một thay đổi nhỏ này, cuộc sống trong gia đình ta sẽ yên tĩnh hơn và mọi người được gần gũi nhau hơn.

Chúng ta cũng nên hạn chế việc gọi cho người khác khi không có gì quan trọng. Bên kia đầu dây, ta thường không thể biết được người ấy đang làm gì và có thuận tiện để tiếp chuyện cùng ta hay không. Ngoài ra, những cuộc nói chuyện như thế thường chỉ xảy ra khi ta không biết làm gì khác. Điều này càng làm cho môi trường sống của ta thêm căng thẳng, vì ta đã đánh mất đi chút thời gian có thể dành để sống yên tĩnh hơn. Ta có thể dành thời gian ấy cho những hoạt động hữu ích, hoặc thậm chí không làm gì cả mà chỉ ngồi yên và chú tâm vào hơi thở. Hiểu được điều này, trước khi nhấc máy gọi cho ai, bạn nên nghĩ lại xem có thật sự cần thiết hay không rồi hãy gọi. Tôi tin là bạn sẽ thấy hóa đơn thanh toán tiền điện thoại trong tháng tới giảm đi đáng kể.

Môi trường chung quanh tác động trực tiếp đến tâm hồn ta qua những phương thức mà ta tiếp xúc và giao tiếp. Chúng ta không thể chọn lựa nơi ở tùy theo ý thích, vì điều đó thường khi đòi hỏi một khả năng tài chánh rất cao. Nhưng chúng ta có thể thay đổi cách sinh hoạt trong môi trường, cách nhận thức về sự việc chung quanh, và cũng có thể tiếp nhận hoặc từ chối một số những yếu tố từ môi trường. Ý thức được điều này, chúng ta có thể tự mình sáng suốt quyết định nên làm gì và làm như thế nào. Cuộc sống này là của chúng ta và thời gian đang trôi qua nhanh chóng. Nếu biết làm cho cuộc sống có ý nghĩa hơn, chúng ta sẽ có được nhiều hơn những niềm vui và hạnh phúc.

Ngồi thiền

Ở các nước phương Tây ngày nay, người ta đã khuyến khích việc ngồi thiền như một biện pháp hữu hiệu để đối trị đời sống căng thẳng. Chúng ta ở phương Đông, là cái nôi phát sinh của phương pháp này, nhưng lại rất ít người biết vận dụng nó trong cuộc sống hằng ngày. Nói đến ngồi thiền, người ta thường nghĩ đến các thiền sư trong hang cùng núi thẳm với những công án hóc búa không sao hiểu nổi. Người ta không biết rằng ngồi thiền cũng là một phương thức giản đơn có thể được vận dụng rất tốt ngay trong cuộc sống hằng ngày của tất cả mọi người.

Các thiền sư tu tập thiền định để đạt đến sự chứng ngộ, giải thoát. Những điều đó thường là khá cao siêu đối với nhiều người trong chúng ta, những kẻ còn quay cuồng trong đời sống bon chen thế tục. Nhưng chúng ta có thể tìm đến phương pháp ngồi thiền với những mục đích đơn sơ mà ta có thể đạt được ngay trong một thời gian khá ngắn.

Thường thì chúng ta mãi loay hoay, hối hả trong cuộc sống bận rộn đến mức rất hiếm khi được ngồi yên. Chỉ một việc dành ra năm ba phút để ngồi yên, bạn đã có thể tạo được cho mình một niềm vui đơn giản. Và việc ngồi thiền cũng không phải điều gì phức tạp ghê gớm lắm, mà khởi sự của nó cũng chính là việc học biết cách ngồi yên.

Bất kể là cuộc sống đang bận rộn đến đâu và có bao nhiêu trách nhiệm mà bạn đang nhận lãnh, chắc hẳn là bạn cũng phải có được ít nhất năm ba phút mỗi ngày để dừng lại hết thảy mọi việc và ngồi yên. Nếu bạn làm được, bạn sẽ cảm nhận ngay một số lợi ích tức thì, mà có thể tạo ra rất nhiều thay đổi tốt đẹp cho kinh nghiệm bản thân của bạn. Việc ngồi yên cho bạn một khoảng dừng trong thời biểu căng thẳng, tạo một cơ hội để thư giãn và hồi phục lại tâm trí, thể lực. Việc ngồi yên cho bạn một dịp để thanh lọc đầu óc và phản tỉnh, một điều kiện để cảm hứng có thể được gợi lên.

Thường thì một trong những phản ứng phụ của việc loay hoay quá nhiều là chúng ta nuôi dưỡng thói quen quá khích của mình, và vì thế để cho mọi việc dễ gây ra sự bực dọc. Khi ngồi yên, chúng ta có một cơ hội để chặn đứng đà phát triển của bất cứ khuynh hướng tiêu cực nào đã tích lũy trong suốt một ngày hoạt động sôi nổi; một cơ hội để củng cố và khởi sự tiếp tục mọi việc. Khi bạn ngồi yên và tâm trí lắng đọng, thường sẽ là lúc mà giải pháp cho một vấn đề nào đó chợt đến với bạn, hoàn toàn bất ngờ. Do một nguyên nhân nào đó, việc ngồi yên và lắng đọng tâm trí có một hiệu quả êm ả tác động lên hệ thần kinh, tạo ra khuynh hướng mang lại sự khôn ngoan và sáng suốt.

Chỉ cần bạn chọn một nơi yên tĩnh thích hợp trong nhà, có thể là một góc nhỏ, có thể là một căn phòng, tùy theo điều kiện trong ngôi nhà bạn. Dẹp bỏ tất cả mọi lo toan, suy nghĩ, ngồi xuống và khởi sự việc thực tập của mình.

Ban đầu, bạn có thể ngồi theo bất cứ cách nào bạn thấy là thoải mái nhất. Ngồi trên ghế tựa buông thông chân, ngồi xếp hai chân bắt tréo nhau hoặc chân trên chân dưới... Ngồi cách nào cũng được, nhưng cần phải giữ lưng thẳng đứng và vững chãi, không tựa lưng ra sau hoặc để lưng cong xuống. Hai tay đặt trên đùi hoặc trước bụng, lòng bàn tay ngửa lên.

Ngồi yên như thế rồi, bạn bắt đầu chú ý vào hơi thở của mình. Thở ra, thở vào đều để tâm nhận biết, không để tâm ý buông lung suy nghĩ theo bất cứ điều gì. Trong những lần đầu tiên, bạn sẽ thường xuyên bị lôi cuốn vào những suy tưởng này khác... Nhưng điều đó không quan trọng, chỉ cần nhận biết ra và lại quay về chú tâm vào hơi thở. Lâu ngày thuần thục, bạn sẽ có thể giữ tâm chú ý vào hơi thở trong suốt thời gian ngồi thiền mà không còn bị các suy tưởng vọng động lôi cuốn đi nhiều nữa.

Mục đích của việc ngồi thiền hằng ngày không nhắm đến một kết quả sâu xa huyền bí nào, mà là một phương thức thiết thực để giúp bạn dừng lại dòng suy nghĩ rất thường là quá tải sau một ngày làm việc. Khi bạn đã quen thuộc với những giây phút định tâm yên lắng này, tự bản thân bạn sẽ cảm nhận được những ích lợi sâu xa của nó.

Thiền cũng có thể được vận dụng vào môi trường sống hằng ngày để giúp chúng ta tỉnh thức hơn trong cuộc sống. Bất cứ khi nào có thời gian, bạn có thể dừng lại đôi ba phút và chú tâm vào hơi thở, nhận thức rõ sự tồn tại của mình và mọi việc diễn ra chung quanh. Nếp sống tỉnh thức như thế chính là thiền, và bạn có thể thực tập nó bất cứ khi nào có thể.

Nhìn sâu vào mỗi sự vật...

Trong cuộc sống quá bận rộn, đôi khi chúng ta làm rất nhiều việc hoàn toàn chỉ là theo quán tính mà không để tâm suy nghĩ, phân tích gì cả. Thậm chí có những bữa ăn cũng trôi qua thật vội vàng đến nỗi ta không cảm nhận được hết mùi vị của thức ăn.

Khi tôi còn nhỏ, tôi đã rất lấy làm buồn cười khi đọc truyện Tây du ký đến đoạn Trư Bát Giới ăn nhân sâm cùng với Tôn Ngộ Không. Anh chàng háu ăn này đã ăn nhanh đến nỗi vừa ăn xong mà không biết được mùi vị của quả nhân sâm như thế nào!

Ngày nay chúng ta có rất nhiều khi rơi vào trường hợp tương tự. Mặc dù chúng ta không tham ăn, nhưng chúng ta có quá nhiều việc để bận tâm suy nghĩ, có quá nhiều việc đang đợi chúng ta làm, và vì thế chúng ta luôn ăn vội ăn vàng cho qua bữa, không hề để tâm nhận biết nhiều về thức ăn.

Nhưng không chỉ là chuyện bữa ăn. Mỗi ngày chúng ta để cho rất nhiều chuyện khác nữa trôi qua trong sự lơ đễnh, vì đầu óc ta luôn có những chuyện khác để âu lo, suy tưởng.

Với cách sống như thế, chúng ta sống mà thật sự chưa hề cảm nhận được cuộc sống. Chúng ta nhìn thấy và tiếp xúc với sự vật nhưng không thể hiểu được bản chất sâu xa hoặc cảm nhận được giá trị thực có của chúng.

Đôi khi tôi nhớ đến những củ khoai lùi thời thơ ấu, và lấy làm lạ là giờ đây nhiều lúc tôi không thưởng thức được những món ăn rất ngon lành theo cách như tôi đã từng ăn khoai lùi thuở nhỏ. Tôi còn nhớ mình đã phân biệt được mùi thơm của lớp vỏ khoai cháy sém bên ngoài như thế nào, mùi tro nóng bám vào vỏ khoai ra sao, ruột khoai thơm nóng như thế nào... Thậm chí tôi còn phân biệt được sự khác nhau giữa phần trên và phần dưới của cùng một củ khoai...

Thỉnh thoảng chúng ta nên có những bữa ăn theo cách của một em bé ăn khoai lùi... nghĩa là không để cho bất cứ một việc gì chi phối vào bữa ăn của ta.

Khi nhìn vào một món ăn, ta nên nhìn rõ xuất xứ của nó. Từ hạt gạo trắng thơm, cọng rau tươi xanh hay miếng đậu phụ... ta biết được chúng do đâu mà có. Ta nhìn thấy được người nông dân cần khổ lao động để làm ra hạt gạo, cọng rau... Ta nhìn thấy ánh nắng, cơn mưa đã giúp cây lớn lên từ đất... Ta cũng biết được rất nhiều người không có đầy đủ những món ăn như ta đang có. Mỗi ngày đều có những người chết vì đói trên thế giới này. Nhiều nơi, trẻ em không có đủ thức ăn và phải bị suy dinh dưỡng.

Từ những suy nghĩ quán sát như vậy, ta ý thức được đầy đủ giá trị của một bữa ăn. Vì thế, ta không thể nuốt vội nuốt vàng những thứ ấy một cách vô tâm cho qua bữa. Hơn thế nữa, ta biết rằng chỉ khi ta ăn với sự tỉnh thức thì thức ăn và ta mới cùng hiện hữu. Bằng không, xem như ta đã bỏ phí thời gian bữa ăn mà không thật sự sống một chút nào.

Ta nên ăn một cách chậm rãi. Cho dù ta vội vã đến đâu cũng vẫn còn rất nhiều việc khác chưa làm xong. Rút ngắn thời gian một bữa ăn không phải là cách giải quyết vấn đề. Ta chỉ thường làm thế là theo với thói quen từ lâu nay. Dù bận rộn đến đâu, việc dành thời gian thỏa đáng cho một bữa ăn không hề là điều phí phạm. Hơn nữa, mọi sự bận rộn của ta đều nhắm đến phục vụ đời sống. Vậy nếu ta từ bỏ những giây phút thật sự đang sống trong hiện tại thì tất cả những việc khác liệu còn có ý nghĩa gì?

Khi chúng ta ăn một bữa ăn trong sự tỉnh thức, đó không còn chỉ đơn thuần là một bữa ăn. Đó là biểu hiện cụ thể của đời sống, là phương cách ta tiếp xúc và cảm nhận sự vật. Vì thế, nó không những mang lại cho ta năng lượng vật chất, mà còn giúp ta hồi phục những giá trị tinh thần đã mất.

Nếu bạn thường xuyên thực tập điều này cùng với gia đình, đó là một cách giáo dục tốt nhất để hình thành nhân cách đạo đức cho con cái bạn. Bởi vì, trẻ con thường không học theo những gì ta nói, mà chúng học theo những gì chúng ta làm.

Ngoài bữa ăn ra, chúng ta cũng có thể thực tập tinh thần tỉnh thức trong mọi việc chúng ta làm thường ngày. Chúng ta nên tập nhìn sự vật với chiều sâu của nó. Từ đó, chúng ta có thể dễ dàng thông cảm được với những khó khăn và nỗi khổ của người khác. Chúng ta cũng kiên nhẫn hơn khi gặp phải những chậm trễ, bế tắc trong công việc. Ta giải quyết mỗi vấn đề bằng vào sự phán đoán sáng suốt và tỉnh táo, không phải bằng sự vội vã, nôn nóng.

Chúng ta không phải là thực thể duy nhất tồn tại trong cuộc sống này. Ngược lại, ta gắn bó và đồng thời tồn tại, chịu sự chi phối của tất cả những sự vật khác. Không chỉ là những món ăn thức uống hằng ngày mới ảnh hưởng đến ta. Mưa, nắng, sương gió... hay bất cứ những gì chúng ta nhìn thấy hoặc cảm nhận được quanh ta đều có liên hệ chặt chẽ đến cuộc sống của ta. Một người hút thuốc nhả khói vào khoảng không, điều đó cũng có ảnh hưởng nhất định đến môi trường sống của chúng ta. Nói chung, mọi sự kiện trong đời sống đều có quan hệ chặt chẽ với nhau, và chỉ khi nhìn sâu vào bản chất sự vật ta mới có thể hiểu được điều đó.

Nhìn sâu vào sự vật không chỉ giúp ta hiểu được bản chất sự vật mà còn giúp ta hiểu được chính mình. Ta cảm nhận được đầy đủ và sâu sắc hơn giá trị của cuộc sống từ nhiều góc độ. Ta cảm thông nhiều hơn với đồng loại và sẵn lòng hơn trong việc chia sẻ những gì mình có. Chính nhờ đó ta có được niềm vui và hạnh phúc, vì nhận thức được rằng cuộc sống của ta thật sự có ý nghĩa biết bao!

Bước đi không cần nơi đến...

Trong nhịp sống hối hả ngày nay, chúng ta luôn cảm thấy không có đủ thời gian để thực hiện việc này hay việc khác... Điều đó dẫn đến một khuynh hướng là chúng ta luôn sử dụng quỹ thời gian của mình theo cách phải đạt được một cái gì đó. Hay nói cách khác, mỗi hành động của chúng ta đều nhắm đến một mục tiêu vật chất nhất định.

Nhưng những nhu cầu vật chất mà chúng ta nhắm đến, xét cho cùng cũng chỉ là để đạt được một cuộc sống yên vui, hạnh phúc. Nhiều người không hiểu được điều đó, nên họ rất thành công trong công việc nhưng chẳng bao giờ có được những phút giây yên vui thật sự. Họ đã nhầm lẫn giữa phương tiện và mục đích.

Để nhắc nhở mình về điều đó, thỉnh thoảng chúng ta nên làm một số việc gì đó mà không cần nhắm đến các mục tiêu vật chất. Hay nói khác đi, ta hành động chỉ vì để được hành động, không phải vì để đạt được gì khác.

Một ví dụ tiêu biểu cho điều này là việc đi bách bộ. Mỗi ngày chúng ta có thể là đã đi lại đến hàng chục cây số, hoặc chạy lăng xăng trong các quầy bán hàng, hoặc hối hả phục vụ trong một cửa hàng ăn nào đó... Nhưng mỗi bước chân đi của chúng ta đều có mục đích. Ta không có thời gian rỗi rãnh để thưởng thức niềm vui được bước chân đi trên mặt đất này, nên với ta điều đó nghe ra có thể là hoàn toàn xa lạ.

Việc đi bách bộ thì khác hẳn. Ta có thể dành khoảng mười hay mười lăm phút vào buổi sáng, hoặc buổi chiều, để bước chân đi mà không cần nghĩ về nơi đến. Ta chọn một lối mòn quanh nhà, hay một đoạn đường vắng vẻ... ở đâu càng yên tĩnh và thoáng mát càng tốt. Ta bước đi chậm rãi, vì ta không nôn nóng để đến nơi đâu cả. Ta buông bỏ hoàn toàn mọi âu lo suy nghĩ, thong thả bước đi và chỉ chú tâm vào hơi thở. Thân thể ta chuyển động một cách êm ái, nhịp nhàng theo hơi thở, tâm trí ta không ưu tư lo nghĩ, ý thức tỉnh táo nhận rõ sự hiện hữu của mình trong từng bước chân. Ta có thể đi chân trần, để bàn chân tiếp xúc dịu dàng với mặt đất ấm áp. Như thế ta càng cảm nhận được rõ hơn sự gần gũi hòa hợp với thiên nhiên.

Với nhiều người sống trong thành phố, cảm giác đi chân trần trên một con đường đất đôi khi là hiếm có hoặc chưa từng trải qua. Và nếu đi như thế trong một tâm trạng hoàn toàn thư thái không trói buộc, bạn sẽ cảm nhận được một niềm vui không sao tả xiết. Ta cảm thấy như có thể chia sẻ tất cả những gánh nặng cuộc đời mình với mặt đất êm ái. Ta được nâng niu, được che chở bởi lòng đất mà ta đã từ đó sinh ra và sẽ trở về trong đó. Ta cảm thấy gần gũi, tin cậy thiên nhiên. Ta tìm thấy niềm vui và hạnh phúc trong từng bước chân thong thả không cần nơi đến.

Mỗi ngày nếu bạn có thể đi bách bộ như thế một hoặc hai lần, tôi tin rằng bạn đã là người hạnh phúc nhất trên đời. Bởi vì hạnh phúc không nằm xa xôi ở những tòa nhà cao rộng mà chúng ta suốt đời mơ ước hoặc làm việc điên cuồng để có được, nó nằm ngay chính trong phương thức mà chúng ta sử dụng, tận hưởng thời gian sống của mình. Việc đi bách bộ trong tinh thần tỉnh thức là một bước khởi đầu cực kỳ tốt đẹp để bạn xây dựng một cuộc sống yên vui hạnh phúc, chỉ bằng vào những gì hiện có của mình mà không cần phải chờ đợi, cầu mong gì khác.

Bạn cũng có thể thực hành làm nhiều việc khác trong tinh thần tương tự như thế. Nghĩa là không cần nghĩ đến mục đích của việc làm. Nói đúng hơn, bản thân việc làm của chúng ta đã chính là mục đích, ta không còn bị thúc bách bởi một mục đích nào khác.

Như khi bạn rửa chén bát chẳng hạn. Khi bắt đầu rửa chén, ta vẫn quen nghĩ rằng mục đích của ta là phải hoàn tất việc rửa chén sau mười hoặc mười lăm phút, vì sau đó ta còn cần phải làm việc này, việc nọ...

Lần tới đây khi bạn rửa chén, hãy thử từ bỏ đi ý tưởng ấy. Hãy nghĩ rằng, mục đích của việc rửa chén chính là rửa chén. Bạn thong thả ngắm nhìn chậu chén bát trong năm mười giây đồng hồ để gạt bỏ hết mọi lo toan, suy nghĩ khác... Bây giờ, bạn chỉ còn biết đến việc rửa chén mà thôi!

Thật tỉnh táo, bạn chuẩn bị nước rửa chén, khăn lau... và bất cứ vật dụng nào bạn thường dùng theo thói quen. Bắt đầu cọ rửa từng cái chén, bạn nhận thức rõ hành động chính xác của đôi tay mình. Bạn nhận rõ từng cái chén khi chưa rửa, đang được rửa và sau khi rửa xong. Bạn làm mọi việc với sự thong thả, thận trọng và hoàn toàn tỉnh thức.

Nếu bạn làm được như thế, tôi tin là bạn sẽ vô cùng ngạc nhiên khi nhận thấy việc rửa chén hóa ra lại cũng vô cùng thú vị. Bạn không còn hối hả làm cho xong việc để chuyển sang việc này, việc nọ... Bởi vì không còn có việc nào khác quan trọng hơn việc bạn rửa chén theo cách như thế. Không chỉ là việc rửa chén mà là bạn đang thực hành tiếp xúc với đời sống trong từng giây phút quý giá mà mình hiện hữu. Thời gian dành cho việc rửa chén chính là thời gian bạn đang sống trong cuộc đời này, và bạn không hề phí bỏ một giây phút nào cả khi có thể thực hành cách sống tỉnh thức trong từng phút giây như thế.

Những bữa ăn hằng ngày cũng là thời gian tốt để bạn thực hành lối sống tỉnh thức. Bạn cũng sẽ không nghĩ đến việc ăn để được no bụng, hoặc để sau khi ăn sẽ làm việc này, việc khác... Ngồi vào bàn ăn, bạn biết là mình sắp ăn và việc ngồi ăn trong tỉnh thức chính là mục đích của bạn. Bạn có thể quan sát các món ăn, nhìn sâu vào để thấy được cội nguồn, bản chất của chúng. Bằng cách này, bạn sẽ nhận ra được những thức ăn nào là độc hại hoặc không có lợi cho sức khỏe của mình.

Trong thời đại ngày nay, khi mà chủng loại các món ăn ngày càng nhiều đến mức không sao kể xiết, người ta hay chọn các món ăn theo cách để cho ngon miệng mà ít khi lưu tâm nhiều đến tác động của chúng đối với sức khỏe. Những món ăn có lợi cho sức khỏe thường lại rẻ tiền và không đòi hỏi nấu nướng cầu kỳ. Chẳng hạn một đĩa rau muống luộc lấy nước thật trong xanh, thêm vào ít muối và một miếng chanh. Có vẻ như rất đơn sơ nhưng sẽ là lời khuyên của bác sĩ dành cho bạn trong nhiều trường hợp.

Khi bước vào bữa ăn với sự quán sát, bạn sẽ tạo được cho mình thói quen chỉ ăn những gì có lợi cho sức khỏe. Cảm giác ngon miệng chỉ là thoáng qua, nhưng một sức khỏe tồi tệ sẽ ngăn cản không cho bạn có được cuộc sống yên vui hạnh phúc.

Trong khi ăn bạn hãy giữ thái độ thật thảnh thơi, thư thả. Nếu bạn có kéo dài bữa ăn thêm mười lăm hay hai mươi phút, điều đó cũng không đưa đến một biến động nào cho thế giới này, nhưng nó lại có thể làm cho thế giới này đổi khác đi trong mắt bạn.

Thực hành bữa ăn trong sự tỉnh thức cho bạn cơ hội tuyệt vời để tiếp cận thật sự với cuộc sống. Bạn có thể nhận ra những điều mà trước đây đã không nhận ra hoặc không quan tâm đến.

Người Anh có một câu ngạn ngữ là: "Bạn ăn gì thì bạn là thứ ấy." (You are what you eat.) Nếu chúng ta liên tục đưa vào cơ thể những thứ độc hại, vô bổ, chỉ nhằm mục đích khoái khẩu, ta sẽ rất khó lòng có được một cuộc sống thảnh thơi, an lạc. Các thứ rượu, bia chẳng hạn, đã từng bị các cơ quan y tế khuyến cáo rất nhiều về tác hại của chúng đối với cơ thể, nhưng mỗi ngày người ta vẫn sản xuất và tiêu thụ một lượng rượu bia nhiều đến chóng mặt. Đó là vì không có nhiều người thực tập ăn uống trong sự tỉnh thức.

Con người từ lâu đã tập thành thói quen giết hại súc vật để làm thức ăn cho mình. Thịt động vật làm tăng nguy cơ mắc các chứng ung thư, cao huyết áp, xơ vữa động mạch... đều là những thông tin chính thức đã được các cơ quan y tế xác nhận. Người phương Tây ngày nay chuyển sang ăn chay rất nhiều mà không chỉ vì lý do tín ngưỡng. Họ nhận ra đó là một chế độ ăn tốt hơn cho sức khỏe vì nó giúp hạn chế bệnh tật. Nếu chúng ta biết tỉnh táo nhận ra điều này, có thể khẩu phần ăn của chúng ta sẽ sớm thay đổi theo hướng tích cực hơn.

Chúng ta cũng có thể chờ xe buýt, đi bộ đến sở làm, nấu ăn, lau dọn nhà cửa... trong sự tỉnh thức. Mỗi giây phút sống của ta sẽ trở nên có ý nghĩa hơn rất nhiều. Lâu dần, ta thường xuyên sống trong sự tỉnh thức và dễ dàng dứt bỏ được những lo nghĩ, toan tính làm căng thẳng đầu óc. Chúng ta sẽ làm mọi việc theo cách tốt nhất để đạt đến những mục tiêu chính đáng của đời mình, nhưng luôn luôn làm những việc ấy trong sự tỉnh thức, sáng suốt nhận biết. Và như vậy, vấn đề không còn là ở chỗ ta có thành công trong tương lai hay không, mà chính là ở chỗ chúng ta đã biết sống rất đẹp ngay trong hiện tại.

Nhịp điệu của cơ thể

Những người dân chài sống ở ven biển từ lâu đã ý thức được mối liên kết giữa nhịp điệu và hiệu quả lao động. Họ biết rằng khi hoạt động nhịp nhàng, sức làm việc sẽ gia tăng và đồng thời có thể kéo dài hoạt động một cách bền bỉ hơn. Vì thế, họ đã nghĩ ra những câu hò điệu hát khi làm việc để tạo sự nhịp nhàng, đều đặn trong công việc.

Điều đó cũng đúng trong tất cả mọi sinh hoạt khác của chúng ta, thậm chí cả trong giấc ngủ. Quan sát một người đang ngủ say ngon, ta sẽ thấy lồng ngực họ lên xuống rất nhịp nhàng, đều đặn và chậm rãi. Nếu giấc ngủ bị quấy nhiễu bởi những cơn ác mộng, hoặc khi cơ thể có bệnh tật bất thường... chúng ta sẽ dễ dàng nhận ra sự rối loạn thất thường của nhịp thở.

Người đi bộ muốn đi nhanh và đi được xa cũng cần đi một cách nhịp nhàng, đều đặn. Người chạy bộ hoặc đi xe đạp cũng đều như thế.

Nhịp điệu đều đặn của cơ thể luôn gắn liền với hơi thở. Vì thế, từ lâu người ta đã biết chú ý điều hòa hơi thở như một phương tiện để làm chủ nhịp điệu cơ thể.

Vào những năm cuối của thập niên 1970, tôi có đi trồng lúa rẫy ở một vùng núi xa. Những người trong làng cùng nhau luân phiên đi trồng tỉa cho từng chủ đất, để mỗi thửa đất đều có thể được bỏ giống xong trong chỉ một buổi hoặc một ngày. Số người cùng làm việc với nhau trên một thửa đất như vậy có khi lên đến vài ba mươi người.

Chúng tôi chia thành hai nhóm. Đàn ông lo việc cuốc lỗ và phụ nữ, trẻ em đi bỏ giống rồi dùng chân lấp lại. Những người cuốc lỗ lại cũng phân lối đều nhau trên toàn thửa đất. Người làm việc khỏe hơn, nhanh hơn thường bỏ xa những người yếu đuối, và điều đó được thấy rõ qua từng lối đất.

Ban đầu, tôi không sao đuổi kịp những người dân làng lực lưỡng, vì họ khỏe hơn tôi rất nhiều. Nhưng chỉ vài hôm sau, tôi đã có thể bắt kịp và thậm chí có thể vượt qua một số người.

Vấn đề ở đây là tôi nhận ra muốn thực hiện nhanh động tác cuốc lỗ, không chỉ cần có sức mạnh, mà quan trọng hơn là sự nhịp nhàng. Vì thế, tôi bắt đầu kết hợp hơi thở sâu, đều với các động tác đều đặn khi cuốc lỗ. Chỉ một thời gian, trong tôi hình thành một chuyển động có chu kỳ lặp lại nhịp nhàng theo một nhạc khúc do tôi tưởng tượng. Sau năm đến mười phút khởi động, tôi bắt đầu gia tăng nhịp điệu của nhạc khúc ấy, và kết quả là những người bên cạnh tôi đều kinh ngạc khi thấy tôi làm việc ngày càng nhanh hơn họ. Và điều quan trọng hơn nữa, trong giờ nghỉ giải lao tôi là người duy nhất vẫn giữ được hơi thở điều hòa, trong khi hết thảy bọn họ đều thở hổn hển sau vài giờ lao động cật lực.

Thật ra thì tất cả mọi hoạt động thường ngày của chúng ta đều cần được điều hòa. Chúng ta đi lại, làm việc nhiều khi hoàn toàn theo với quán tính, thói quen, và không để tâm nhiều đến việc mình làm. Nếp sống lơ đễnh như thế làm chúng ta đánh mất đi những giây phút tươi đẹp nhiệm mầu của đời sống, vì ta đã không hề có khả năng cảm nhận.

Khi chúng ta làm việc với sự chú tâm, tỉnh thức, ta hồi phục lại nhịp điệu cho cơ thể mình. Chúng ta chú tâm vào hơi thở, tìm ra một kết hợp hài hòa giữa hơi thở và nhịp điệu thích hợp cho công việc. Ngay cả với những công việc không có chu kỳ lặp lại đều đặn, việc giữ hơi thở đều cũng giúp ta làm việc hiệu quả hơn và bền bỉ hơn.

Nhưng quan trọng hơn nữa là chúng ta duy trì được sự tỉnh thức của ta trong cuộc sống. Khi ta chú tâm vào hơi thở, ta biết mình đang hiện hữu. Vì ta đang hiện hữu, nên mọi con người, sự vật quanh ta cũng đều đang hiện hữu.

Duy trì một nhịp điệu của cơ thể bằng cách chú tâm vào hơi thở, chúng ta sẽ dần dần hòa nhập vào với môi trường quanh ta một cách hài hòa và kỳ diệu. Những công cụ làm việc của ta, vì cùng chuyển động theo với nhịp điệu của cơ thể nên không còn là những công cụ tách rời nữa, mà trở thành một phần của cơ thể ta. Các tay kiếm thuật Nhật Bản hiểu rất rõ điều này. Khi họ múa kiếm, thanh kiếm là một phần không tách rời của toàn thân họ.

Mọi vật quanh ta cũng vậy, chúng đang cùng ta hiện hữu trong cuộc sống nhiệm mầu. Ta cảm nhận được sự hiện hữu của chúng và chúng cũng cảm nhận được sự hiện hữu của ta. Ta có mặt là vì tất cả, và tất cả có mặt là vì ta. Môi trường và cá nhân không còn là một sự tách rời, mâu thuẫn, chống phá lẫn nhau, mà là sự hợp nhất hài hòa trong một nếp sống tỉnh thức qua nhịp điệu của từng hơi thở.

Hơi thở là đầu mối tiếp xúc sự sống của chúng ta. Lãng quên hơi thở là đánh mất cuộc sống. Hơi thở cũng là cầu nối giữa tâm ý và thể xác. Tâm ý khuất phục thể xác thông qua việc điều hòa hơi thở. Hơi thở nhẹ nhàng, êm ái sẽ buộc thể xác phải dừng lại những hối hả, gấp gáp. Hơi thở ôn hòa, lắng dịu sẽ chặn đứng những cơn giận dữ, tức tối... Thường xuyên duy trì sự chú ý vào hơi thở là duy trì được sự sống, duy trì mối quan hệ tỉnh thức giữa ta với vạn vật. Và như vậy chính là ta đã đạt được sự yên vui hạnh phúc mà không cần phải đi tìm ở bất kỳ một nơi xa xôi nào khác.

Nét đẹp trong cuộc sống

Một người bạn họa sĩ có lần hỏi tôi: "Anh ngắm hoa như thế nào để thấy hết vẻ đẹp của hoa?" Tôi trả lời anh ta: "Nếu ngắm hoa vì muốn thấy hết vẻ đẹp của nó, anh sẽ không bao giờ đạt được ý nguyện. Thay vì vậy, anh hãy tiếp xúc với bông hoa."

Cuộc sống cũng là một bông hoa, và là một bông hoa rất tuyệt vời. Nếu chúng ta viết ra hàng năm mười chương sách để mô tả vẻ đẹp của cuộc sống, chúng ta cũng sẽ không bao giờ có thể nói hết, và vì thế mà người đọc cũng sẽ chẳng thể cảm nhận hết những gì mà chúng ta muốn mô tả.

Khi tôi ngắm hoa, tôi không nghĩ là mình đang tìm kiếm vẻ đẹp của bông hoa. Bông hoa là một thực thể trong cuộc sống. Tôi cũng là một thực thể trong cuộc sống. Tôi và hoa cùng hiện hữu. Tôi có mặt nơi đây là vì bông hoa và bông hoa cũng hiện hữu nơi đây là vì tôi. Từ đó, tôi cảm nhận được vẻ đẹp của bông hoa, màu sắc và hương thơm, những đường nét tinh tế... Tôi không hề có ý niệm muốn chiếm hữu bông hoa hay vẻ đẹp của nó. Tôi hiện hữu cùng bông hoa và vì thế tôi tiếp xúc được với nó.

Bằng cách đó, tôi có được những rung động sâu xa nhất mà một tác phẩm nghệ thuật thiên nhiên tuyệt vời có thể mang lại cho con người. Tôi cảm nhận được hoàn toàn vẻ đẹp của bông hoa, mặc dù tôi chỉ có thể phác họa hoặc miêu tả lại vẻ đẹp ấy một cách rất hạn chế bằng năng khiếu diễn đạt rất tồi của mình. Nhưng nếu bạn cũng muốn cảm nhận trọn vẹn vẻ đẹp ấy, tôi mời bạn hãy tiếp xúc cùng bông hoa.

Vẻ đẹp của bông hoa cuộc sống cũng vậy. Chỉ có một số rất ít nghệ sĩ lớn của nhân loại mới có đủ tài năng để miêu tả lại phần nào vẻ đẹp ấy trong các tác phẩm của họ. Nhưng bất cứ ai cũng có thể có khả năng tiếp xúc với đời sống để cảm nhận những vẻ đẹp ấy.

Chúng ta quay cuồng trong cuộc sống bận rộn, lo toan việc này, tính toán việc kia... Trong thời gian biểu hằng ngày của chúng ta không có khoảng thời gian nào dành cho một bông hoa, càng không có thời gian nào để thật sự tiếp xúc cùng cuộc sống. Ta trải qua bao nhiêu năm trong cuộc đời nhưng có khi chưa một lần thảnh thơi tiếp xúc cùng cuộc sống.

Cũng như việc tiếp xúc với một bông hoa, ta chỉ bắt đầu tiếp xúc cùng cuộc sống khi nào ta chịu dừng lại và buông bỏ tất cả những lo toan, tính toán của mình.

Khi chúng ta thật sự tiếp xúc cùng cuộc sống, ta nhìn thấy sự vật với chiều sâu và bản chất của nó. Ta thấy dòng sông không chỉ là dòng sông, mà còn là sự luân lưu mầu nhiệm muôn đời của nước. Ta thấy hơi nước bốc lên không trung, đọng thành những đám mây mát mẻ, và đổ xuống thành những cơn mưa làm tươi xanh vạn vật. Không có sự luân lưu mầu nhiệm ấy, dòng sông không thể tồn tại qua bao đời mà vẫn là dòng sông...

Ta cũng nhìn thấy chồi non đâm ra từ một cây xanh đã hàm chứa cả những cây xanh ngày mai trong nó. Cây sinh ra chồi là để còn có một ngày chồi lớn lên thành cây, nối tiếp việc đơm hoa kết trái và trở thành những thế hệ cây xanh nối nhau không dứt...

Ta cũng nhìn thấy quanh ta là những con người rất tuyệt vời, mầu nhiệm. Trong em bé ta nhìn thấy cha mẹ của em. Ta cũng nhìn thấy cả ông bà và nhiều thế hệ tổ tiên của em đã từng sống trước em từ xa xưa nữa... Tất cả họ đều hiện diện trong em vì em đang sống. Dòng máu em, xương thịt em... đều do họ mà có và cũng vì sự nối tiếp của họ mà có. Những gì em biểu hiện hôm nay, ngày xưa họ đã từng biểu hiện. Và một mai khi em không còn nữa, vẫn sẽ có ở đâu đó những con người nối tiếp sự hiện hữu của em.

Ta cũng nhìn thấy tất cả quanh ta là một thực thể thống nhất nhiệm mầu. Từ không khí trong lành ta đang hít thở, ánh nắng mai ấm áp trên những bụi cây xanh... cho đến những áng mây đang vờn bay xa tít tắp cuối chân trời... Tất cả đều quan hệ chặt chẽ với ta, đều vì ta mà có và cũng do ta mà có. Ta biết rằng cuộc sống bao hàm tất cả những thực thể hiện hữu luôn gắn bó chặt chẽ, tương tác lẫn nhau. Nhìn vào bát cơm, ta thấy có bông lúa trĩu hạt, có bác nông dân cày bừa khuya sớm, có ánh nắng, cơn mưa, dòng nước mát đã nuôi lớn đồng lúa xanh... Nếu không có bác nông dân cày bừa khuya sớm, không có ánh nắng, cơn mưa., làm sao có đồng lúa trĩu bông? Không có đồng lúa, làm sao có bát cơm ta đang nhìn thấy?

Nhưng bác nông dân, ánh nắng, cơn mưa... lại tồn tại nhờ vào nhiều yếu tố khác nữa. Bác nông dân đã lớn lên nhờ khoai sắn ruộng vườn, nhưng cũng cần có quần áo để mặc, thuốc men khi bệnh tật, đèn dầu để thắp lúc về đêm... Vì thế sự sống của bác lại liên quan đến nhiều người khác nữa.

Ánh nắng ấm trên đồng lúa cũng cần những điều kiện tương quan chặt chẽ để tồn tại vai trò tích cực của mình. Người ta đang phá hỏng tầng ozone ở đâu đó. Nếu tiến trình này không bị ngăn chặn lại, một mai kia ánh nắng sẽ không tồn tại được như ngày nay. Cả đến những cơn mưa cũng vậy.

Trên thế giới đã có nhiều nơi hứng chịu những cơn mưa acid độc hại. Nắng mưa không chỉ hoàn toàn là "chuyện của trời" như ngày xưa người ta vẫn nói. Nắng mưa giờ đây đã chịu ảnh hưởng bởi con người chúng ta.

Tiếp xúc thật sự với đời sống, ta mới cảm nhận được vai trò của bà mẹ thiên nhiên. Cư dân những thành phố đông đúc ngày nay mắc phải rất nhiều chứng bệnh lạ kỳ. Đôi khi người ta không thể chỉ ra được là bệnh gì, chỉ biết là họ không thể sống được hoàn toàn tự nhiên, khỏe mạnh. Điều đó chẳng qua là vì họ xa mẹ quá lâu - bà mẹ thiên nhiên không sao đến gần cùng họ được trong những khối nhà bê-tông cốt thép. Họ sống trong những khối bê-tông, làm việc trong những khối bê-tông, đi mua sắm cũng trong những khối bê-tông... Không mấy khi họ được tiếp xúc cùng thiên nhiên tươi mát.

Ngay cả việc tiếp xúc bằng mắt thôi cũng đã hạn chế lắm rồi. Thử ngước nhìn lên bầu trời đô thị, dây điện chằng chịt qua lại và những tòa nhà cao ngất trời, có còn lại bao nhiêu khoảng không để ngắm nhìn? Ban đêm, những đêm có trăng, ánh trăng như nhợt nhạt, biến sắc hẳn đi vì những ánh điện sáng rực đủ màu hắt cả lên bầu trời đêm chói lọi. Thế nên ngay cả ánh trăng thành phố cũng không còn là ánh trăng thiên nhiên nữa.

Việc kiến thiết những đô thị mới ngày nay đang dành nhiều diện tích thích hợp cho cây xanh. Đó là tin tốt lành. Và nếu giữa thành phố nơi bạn sống còn có những cây xanh, những khoảng không thoáng mát, bạn hãy tranh thủ mà tận hưởng nó mỗi ngày. Hãy nhớ rằng, thiên nhiên là một phần trong cuộc sống của bạn. Dù bạn có chối từ hay chấp nhận điều đó, cuối cùng bạn vẫn phải cần đến thiên nhiên để có được một cuộc sống khỏe mạnh, yên vui.

Tương quan chặt chẽ giữa các yếu tố trong cuộc sống không chỉ là sự tác động tương hỗ cùng tồn tại với nhau. Đó còn là mối tương quan chuyển hóa từ yếu tố này thành yếu tố khác. Dưới ánh mặt trời, mỗi ngày có một khối lượng vật chất khổng lồ được chuyển hóa trên toàn thế giới mà bạn sẽ không sao tưởng tượng nổi. Mỗi một lá cây xanh bé xíu đều tham gia tích cực trong quá trình này, và có vô số những lá cây xanh như thế...

Mỗi ngày cũng có một lượng lớn phân rác hoai mục đi, và chúng được cây xanh hấp thụ để chuyển hóa thành hoa trái, rau củ... Hiểu được điều này, chúng ta có thể nhìn vào một giỏ rác và thấy được những hoa trái, rau củ của ngày mai. Chúng ta cũng nhìn thấy bình hoa tươi đẹp trong phòng khách hôm nay rồi sẽ héo rũ và đi vào giỏ rác. Trong cái đẹp của hoa đã hàm chứa cái không đẹp của rác, và trong cái xấu xí, hôi hám của rác đã hàm chứa cái xinh đẹp, thơm tho của hoa.

Chuỗi tiếp nối nhiệm mầu của cuộc sống ngày đêm liên tục diễn ra, bất kể ta có nhận thức được điều đó hay không. Những tinh cầu xa xôi vẫn đi đúng quỹ đạo của mình, cho dù viễn vọng kính của con người có nhìn thấy chúng hay không. Nhưng chỉ cần một trong các tinh cầu đi sai quỹ đạo, tai họa khủng khiếp sẽ đến ngay cho cả thiên hà... Cuộc sống được vận hành kỳ diệu như thế.

Tôi có người bác dâu, vừa mất cách đây không lâu. Trước khi mất, bà có lần nói với các con mình: "Cuộc sống quanh ta còn rất nhiều người thiếu thốn, khổ sở. Các con nên làm điều gì đó để chia sẻ khi có dịp." Một trong những người con trai của bà đã tiếp nhận lời khuyên đó và bỏ tiền mua một tấn gạo để tham gia vào công tác cứu trợ người nghèo.

Bà là người buôn bán rất thành công và để lại cho các con một sản nghiệp to lớn. Nhưng tôi cho rằng lời khuyên của bà có giá trị còn hơn cả sản nghiệp ấy. Mặc dù bà không được học hành nhiều lắm, nhưng chính bằng vào trực giác và bằng vào tấm lòng, bà đã nhận ra mối tương quan giữa tất cả mọi người trong xã hội. Chúng ta không thể có hạnh phúc nếu không biết chân thành chia sẻ khó khăn cùng đồng loại.

Vì thế, khi tiếp xúc thật sự với đời sống, ta thấy lòng mình rộng mở hơn. Ta cũng thấy mình sống có trách nhiệm hơn vì không có một con người nào trong cuộc sống có thể nói là không liên quan đến ta. Ở Thái Lan người ta vừa phá một ổ mại dâm và cứu thoát được những người bị bán vào đó để làm việc bán dâm. Có cả những em bé gái chỉ mới từ 6 đến 10 tuổi. Ta cảm nhận đó là nỗi đau của cả nhân loại, trong đó có chính ta. Ta phải nhận một phần trách nhiệm về mình. Tội ác xảy ra với các em một phần nào đó cũng do nơi tất cả chúng ta, những người lương thiện, đã không làm một điều gì đó đủ sức để ngăn ngừa tội ác hoặc để cứu giúp các em...

Ta cảm nhận được nét đẹp trong cuộc sống qua sự tiếp xúc sâu xa cùng mọi sự việc. Khi đó ta sẽ thấy không chỉ những nét hoa mỹ, những biểu tượng thành công, giàu sang, khỏe mạnh... mới là tiêu biểu cho nét đẹp trong cuộc sống. Ngay cả những gì không đẹp, khó khăn, nghèo khổ, tội lỗi... cũng là những yếu tố của cuộc sống, và đều liên quan chặt chẽ đến ta. Xây dựng một đời sống đẹp là biết hòa nhập và thương yêu chia sẻ cùng tất cả, không phải là việc lựa chọn lấy những gì tốt đẹp để tôn thờ, theo đuổi. Chúng ta sẽ có nhiều niềm vui và hạnh phúc hơn khi ý thức được rằng chính bản thân mình đang góp phần làm đẹp hơn cho cuộc sống.

Có nên mong đợi một ngày mai?

$\mathcal{C}$húng ta thường có thói quen lúc nào cũng ấp ủ một hy vọng nào đó cho tương lai. Từ một hy vọng nhỏ nhoi như sẽ có thể mua được một món đồ dùng mới, cho đến việc được thăng tiến trong công việc hoặc đạt đến một lý tưởng từ lâu theo đuổi...

Sự hy vọng như thế không có gì sai trái. Thật ra, nó còn là nguồn sức mạnh giúp ta làm việc tốt hơn và dễ dàng chấp nhận, vượt qua những khó khăn hiện tại. Tuy nhiên, nếu chúng ta phân tích sâu hơn một chút, ta sẽ thấy rằng điều đó bộc lộ phần nào sự yếu đuối, thiếu tự tin vào chính bản thân mình.

Một em học sinh nuôi hy vọng thi đỗ tốt nghiệp vào cuối năm, điều đó cho thấy em chưa hoàn toàn tin chắc vào năng lực học tập của mình. Nếu em học hành chăm chỉ, nắm hiểu chương trình học đủ chắc chắn, em sẽ nắm chắc rằng mình sẽ đỗ, thay vì là chỉ nuôi hy vọng.

Nhưng thật ra, có quá nhiều yếu tố sẽ tác động vào một kết quả trong tương lai, không chỉ đơn giản như chuyện thi cử của một em học sinh, khiến cho ta rất khó lòng tin chắc vào một sự việc nào đó. Giả sử tôi hy vọng là cuối năm nay sẽ mua một căn nhà, thay vì ở nhà thuê như hàng chục năm qua. Tiền dành dụm đã gần đủ. Số còn thiếu tôi sẽ tiếp tục dành dụm từ nay đến cuối năm. Mọi điều kiện đã sẵn sàng. Đột nhiên, đến thời điểm đi mua nhà thì giá nhà đất tăng vọt, và dù là một căn nhà khiêm tốn nhất theo nhu cầu của mình, tôi cũng không sao mua nổi!

Việc giá cả tăng vọt không phải lỗi của ai cả, và hoàn toàn nằm ngoài tầm kiểm soát của bản thân tôi. Giá như tôi có đủ tiền mua nhà sớm hơn một tháng, giá như... giá như...

Vì thế mà thực tế là chúng ta không dám tin chắc vào điều gì, mà chỉ có thể nuôi hy vọng. Bởi vì để cho một sự việc trở thành hiện thực, đôi khi còn phải xem xét đến cả hàng chục hoặc hàng trăm chữ "nếu".

Nhưng đó là cách ứng xử theo thói quen của chúng ta. Thực ra, nếu chúng ta bớt đặt niềm tin vào hy vọng, chúng ta sẽ có thể sống tốt hơn, làm việc tốt hơn ngay trong hiện tại. Việc tôi mua nhà vào cuối năm nay được quyết định ngay chính bởi từng giây phút tôi đang làm việc. Tôi sẽ phải tích cực hơn, xoay xở nhiều biện pháp hơn, nếu tôi không chấp nhận hài lòng với một niềm hy vọng là vào cuối năm. Như thế, biết đâu rằng tôi đã có đủ số tiền mua nhà sớm hơn một tháng, hoặc tôi đã nghĩ đến giải pháp đi mua nhà sớm hơn với điều kiện mua bán thanh toán trước hai phần ba tiền...

Hơn thế nữa, hy vọng luôn đi kèm theo với thất vọng. Khi tôi sống tích cực hơn, tôi hài lòng với những gì tôi đạt được, vì tôi đã cố hết sức mình. Nhưng khi tôi nuôi một hy vọng, tôi cũng đồng thời nuôi dưỡng mầm thất vọng. Cho dù hy vọng ấy không đạt được không phải lỗi do tôi, tôi vẫn không tránh khỏi một ảnh hưởng tâm lý xấu vì thất vọng.

Khi ta chỉ nghĩ đến những gì tốt đẹp trong tương lai, ta thường quên đi những gì ta đang có được trong hiện tại. Nhưng chính hiện tại mới là những gì ta thật có và chắc chắn đang được tận hưởng. Còn tương lai chỉ có trong ý niệm mà không phải là cảm nhận thực tế của ta lúc này. Một ly nước lọc trong hiện tại sẽ được tôi tận hưởng thật ngon lành, nếu như tôi không để tâm nghĩ đến một ly đá chanh hay nước ngọt trong tương lai.

Cũng vậy, khi tôi nuôi hy vọng mua nhà vào cuối năm, tôi sẽ cảm thấy căn nhà thuê mình đang ở ngày càng chật chội, khó chịu. Tôi quên rằng còn có nhiều người khác không thuê nổi căn nhà như tôi. Có những người phải đêm đêm ngủ ngoài đường phố, hoặc chung tiền thuê một căn nhà với năm ba người khác... Bản thân tôi còn may mắn hơn những người ấy rất nhiều.

Việc tôi dự tính mua nhà là hoàn toàn chính đáng, và tôi cần phải nỗ lực hết mình cho mục tiêu ấy. Nhưng nếu tôi có đủ sáng suốt và tự tin, tôi sẽ không để cho điều đó ảnh hưởng tới những gì tôi đang sẵn có trong hiện tại. Tôi vẫn sẽ trân trọng những gì mình đang có, và cho dù mục tiêu mua nhà có không đạt được, tôi vẫn hài lòng và tận hưởng được hiện tại của mình.

Tất cả những gì ta đang có được trong hiện tại là công sức ta đã bỏ ra từ lâu nay. Hơn thế nữa, nó còn là tất cả những gì ta kế thừa từ cha mẹ, tổ tiên. Có người bạn nói với tôi: "Tôi đã gầy dựng sự nghiệp của mình từ hai bàn tay trắng. Tôi không thừa hưởng được gì từ gia đình, cha mẹ tôi." Anh ta đã sai lầm hết sức nghiêm trọng. Những sai lầm theo kiểu như thế thường làm mất đi giá trị của chính mình. Tài sản to lớn, quý giá nhất mà anh ta đang có được chính là sự sống, mà sự sống ấy là anh nhận được từ nơi tổ tiên, thông qua trực tiếp là cha mẹ anh. Vì thế, chúng ta cần phải hiểu được giá trị thật sự của giây phút hiện tại và biết sống hết mình với những gì mình có.

Nuôi hy vọng không phải là sai lầm, nhưng nó cho thấy ta chưa nhận thức đủ về chính mình và cuộc sống. Những gì mong muốn, ta cần phải đạt đến bằng nỗ lực của chính mình trong hiện tại. Ý thức trọn vẹn về những gì đang xảy ra trong hiện tại là phương thức tốt nhất để đạt đến một tương lai tốt đẹp, không cần thiết phải chờ đợi và mong mỏi.

Những sợi dây vô hình

Nền tảng cơ bản nhất của một cuộc sống hạnh phúc là tâm ý được thanh thản, tự do. Khi ta còn thơ ấu, tâm hồn ta ít bị ràng buộc. Đời sống của trẻ thơ thường vô tư và chân thật. Tất cả những cảm xúc buồn, vui, thương yêu, hờn giận... đều tự do bộc lộ không bị kiềm chế. Điều đó giúp cho trẻ con có được những niềm vui một cách rất đơn sơ, dễ dãi.

Càng lớn lên, chúng ta càng bị cuốn sâu vào đời sống đầy phức tạp. Để bảo vệ những gì ta có, hoặc đạt được những gì ta muốn, ta dần dần dễ bị tập nhiễm các thói xấu như nói dối, nói lời hung dữ, hoặc đối xử không tốt với người khác... Tâm hồn ta dần dần mang những tỳ vết không còn trong trắng nữa. Nếu ta muốn có hạnh phúc thật sự, ta phải biết cách tẩy rửa những tỳ vết ấy, biết cách làm cho tâm hồn ta trong sạch như xưa.

Các mối quan hệ giao tiếp cũng để lại trong tâm hồn ta những gút mắt, làm cho mất dần đi sự thanh thản. Những gút mắt này nếu được nhận ra và hiểu rõ, có thể được cởi mở đi để trả tâm hồn ta trở về trạng thái tự do thanh thản.

Nếu quan sát kỹ về sự hình thành và tồn tại của những gút mắt trong tâm hồn, có thể ta sẽ vô cùng ngạc nhiên khi thấy đôi khi chúng như hoàn toàn chi phối đời sống tinh thần, tình cảm của chúng ta. Chúng thôi thúc ta phải làm việc này, việc nọ... mà nếu với một trí óc phán đoán minh mẫn ta sẽ thấy những điều ấy đôi khi là hoàn toàn vô lý.

Có hai người bạn ở trọ cùng phòng. Quan hệ của họ là vô cùng thân thiết. Một hôm có khách đến chơi và một trong hai người đang tiếp khách. Khi vui câu chuyện anh ta nói những điều mà người kia nghe ra loáng thoáng có vẻ như anh đang nói dối.

Khi có cảm giác là bạn mình nói dối, anh bạn này liền nảy sinh ý tưởng không còn tôn trọng người ấy như xưa. Anh ta nghĩ: "Hóa ra anh ấy cũng chỉ là một người dối trá." Và tình cảm bắt đầu bị xói mòn, vì trong lòng anh đã hình thành một gút mắt. Nếu có một lần thứ hai, thứ ba tương tự, gút mắt sẽ ngày càng lớn dần và đe dọa tổn thương nặng nề đến tình bạn giữa hai người.

Nếu là một người hiểu biết, ta có thể làm thay đổi tình huống trong trường hợp này, thay vì để tổn thương đến tình cảm quý giá.

Lẽ tất nhiên trong thực tế có thể có nhiều khả năng khác nhau xảy ra. Ví dụ như người kia không hề nói dối, nhưng do anh bạn này đã nghe không rõ đầu đuôi câu chuyện. Khi có những gút mắt tương tự như thế trong quan hệ giao tiếp, cách tốt nhất là chúng ta nên trực tiếp cùng nhau làm rõ một cách xây dựng, không cần thông qua bất cứ ai khác.

Nếu chỉ là một sự hiểu lầm, nhất định vấn đề sẽ hoàn toàn tốt đẹp sau khi đôi bên đã thẳng thắn trao đổi cùng nhau.

Nếu quả thật đã có những lời nói dối, sự nhắc nhở này có thể giúp người kia nghĩ lại và cải hối. Có thể anh ta sẽ thừa nhận mình đã nói dối trong khi vui chuyện, và hứa sẽ không như thế nữa. Trong trường hợp này, vấn đề vẫn giữ được tốt đẹp. Thật ra, một quan hệ bạn bè có quan tâm giúp nhau sửa chữa sai lầm mới là mối quan hệ lý tưởng. Và vì thế, tình cảm sẽ càng thêm sâu đậm.

Có rất nhiều trường hợp mà chúng ta hình thành những gút mắt tương tự trong quan hệ giao tiếp với người chung quanh, và hầu hết những trường hợp như thế đều có thể được tháo gỡ nếu chúng ta nhận ngay ra khi nó xuất hiện lần đầu tiên.

Nếu chúng ta không thành công trong việc nhận ra và cởi bỏ những gút mắt như vậy, chúng ta dần dần sẽ bị trói buộc bằng những định kiến ngày càng sâu đậm, và mất dần đi nhiều tình cảm quý giá với mọi người quanh ta.

Nhưng không chỉ những điều làm chúng ta khó chịu, không hài lòng mới hình thành những gút mắt làm trói buộc tâm hồn ta. Nhiều cảm giác thích thú, khoái trá cũng có thể có sự trói buộc tương tự.

Một thiếu niên vừa lớn lên lần đầu tiên uống rượu hoặc bia, cảm giác lâng lâng lần đầu đó sẽ có thể là một cám dỗ cậu ta đi tìm một khoái lạc tương tự như thế lần thứ hai, thứ ba... và trở thành nghiện ngập. Thuốc lá hoặc bất cứ sự nghiện ngập nào khác cũng đều tương tự. Chúng mang lại cảm giác thích thú trong lần tiếp xúc đầu tiên, và trở thành những sợi dây trói buộc lâu dài về sau, khiến chúng ta không còn có thể sáng suốt hành xử như xưa kia được nữa.

Nếu chúng ta hiểu được tầm quan trọng của một tâm hồn tự do, chúng ta sẽ không để cho những sợi dây vô hình này trói buộc. Chúng ta sẽ thấy ra rằng một cuộc sống càng đơn giản với một tâm hồn rộng mở sẽ càng đưa chúng ta đến gần hơn với hạnh phúc chân thật. Và nếu chúng ta biết dẹp bỏ những thú vui tầm thường không lành mạnh, phần thưởng quý giá cho ta sẽ là một niềm vui sống chân thật và lâu dài. Hạnh phúc không phải là sự chạy đuổi theo những gì mang lại cho ta cảm giác khoái lạc nhất thời, mà là việc tạo ra được một nếp sống tự do thanh thản không ràng buộc.

Những nguồn năng lượng tinh thần

Từ khi tôi còn học ở bậc tiểu học, tôi nhớ có một câu nói rằng: "Đường đi khó, không khó vì ngăn sông cách núi, mà khó vì lòng người ngại núi e sông."[1]

Đã từ lâu người ta nhận biết rằng sức mạnh của chúng ta không chỉ nằm ở phần thể lực, mà phụ thuộc rất nhiều vào tinh thần. Thậm chí, một khi tinh thần đã sa sút, dù cho thể lực có mạnh mẽ đến đâu người ta cũng tự cảm thấy yếu đuối và chẳng làm được gì.

Những gì mà chúng ta gọi là ý chí, nguyện vọng, lòng ham muốn... đều là những nguồn năng lượng tinh thần. Ý chí càng mạnh mẽ, nguyện vọng càng tha thiết, ham muốn càng mãnh liệt... chúng ta càng có nhiều năng lực hơn trong việc đạt được mục tiêu đã đề ra.

Nhưng còn có những hình thức năng lượng tinh thần khác nữa mà chúng ta thường gặp hơn trong đời sống hằng ngày. Lòng ghen tức, sự giận dữ, nỗi đau buồn, thù hận... đều là những nguồn năng lượng tinh thần. Chúng ta có thể nói một cách khái quát hơn, tất cả những cảm xúc, tình cảm của chúng ta thảy đều là những nguồn năng lượng tinh thần. Tùy theo cường độ phát sinh và tăng trưởng, chúng chi phối vào năng lực hoạt động chung của cơ thể ta.

Vấn đề cần chú ý ở đây là, nếu mỗi cảm xúc mạnh mẽ đều là một nguồn năng lượng, chúng ta sẽ không thể làm triệt

---

[1] Nguyễn Bá Học

tiêu chúng.[1] Khi chúng ta muốn quên đi một nỗi đau, hoặc dập tắt một cơn giận dữ... thường thì chúng ta luôn luôn thất bại.

Giống như bất kỳ một loại năng lượng nào khác, chúng ta có thể sử dụng năng lượng tinh thần vào nhiều mục đích khác nhau. Đó là sự chuyển hóa. Trong chiến tranh, chúng ta rất thường nghe đến khẩu hiệu: "Biến đau thương thành hành động." Đó cũng là một cách chuyển hóa. Người ta không thể tự nhiên quên đi nỗi đau, nhưng họ có thể chuyển hóa nó thành sự căm thù, giận dữ.

Để có được cuộc sống hạnh phúc, điều quan trọng là chúng ta cần học biết chuyển hóa những nguồn năng lượng tinh thần theo một cách tích cực, mang lại sự yên vui, thanh thản cho tâm hồn ta.

Chúng ta có thể tạm phân chia năng lượng tinh thần của chúng ta thành hai nhóm. Nhóm năng lượng tích cực là nhóm thúc đẩy cuộc sống yên vui, hạnh phúc, chẳng hạn như lòng yêu thương, sự cảm thông... Nhóm năng lượng tiêu cực là nhóm thúc đẩy ta theo chiều hướng ngược lại, nghĩa là dẫn đến sự khổ đau, buồn chán, chẳng hạn như lòng thù hận, sự giận dữ... Chúng ta hoàn toàn có thể thực hiện sự phân chia như thế này bằng vào cảm nhận của riêng mình. Và bằng vào sự hiểu biết, nhận thức đúng đắn, chúng ta sẽ có thể chuyển hóa những nguồn năng lượng tiêu cực trở thành tích cực.

Khi ta tức giận ai, ta cảm thấy sự thôi thúc phải làm một điều gì đó để giải tỏa sự tức giận. Ta bị cuốn hút về đối tượng đã gây nên sự tức giận của ta, và cảm thấy bị thôi thúc phải nói hoặc làm bất cứ điều gì để gây thương tổn cho người ấy. Sự thôi thúc ấy làm ta bị nung nấu trong đau khổ và cho

---

[1] Đây là một tương quan rất thú vị khi so sánh với định luật bảo toàn năng lượng trong thế giới vật chất.

rằng chỉ khi nào ta làm được điều gì đó gây thương tổn cho đối tượng ta mới hết tức giận.

Nếu chúng ta bình tĩnh phân tích vấn đề, chúng ta sẽ thấy rằng nguyên nhân chính của cơn giận không nằm ở nơi đối tượng. Sự giận dữ thường phát sinh từ một sự bất mãn, không hiểu biết, kiêu ngạo, hay tham muốn... Vì thế, chúng hoàn toàn nằm ngay trong ta, và đối tượng của sự tức giận chỉ là một nguyên nhân phụ thuộc.

Lấy ví dụ, một trận lụt xảy ra và tài sản ta bị thiệt hại rất nặng nề. Ta không hề tức giận trận lụt ấy, vì ta có đủ hiểu biết để hiểu rằng trận lụt do đâu mà có, và thật là ngây ngô khi nổi giận với trận lụt. Nhưng một người lái xe hơi bị hỏng thắng đâm vào hiên nhà ta gây ít nhiều thiệt hại sẽ làm ta tức giận. Bởi vì ta không có đủ hiểu biết để hiểu rằng do đâu mà người lái xe hơi ấy gây thiệt hại cho ta. Ta không chịu suy xét để hiểu, cho dù vấn đề rất đơn giản. Bản thân anh ta cũng chịu đựng sự thiệt hại, và tai nạn xảy ra là ngoài mong muốn của anh ta. Nếu ta hiểu được như thế, ta sẽ cảm thông và tha thứ, thay vì tức giận.

Một buổi sáng nhiều sương mù, có một người chèo thuyền đi ven sông. Anh ta nhìn thấy một thuyền khác phăng phăng nhắm hướng mình lao tới. Anh ta hét lên: "Cẩn thận, cẩn thận, có người ở đây." Nhưng chiếc thuyền kia không đổi hướng, vẫn lao nhanh đến. Thuyền anh ta bị đâm vào và lật úp. Anh ta bơi vào bờ với tâm trạng tức giận vì mình đã cảnh báo mà người lái thuyền bên kia không chịu nghe. Nhưng khi lên bờ anh ta mới nhận thấy không còn ai khác, bởi thuyền kia là một chiếc thuyền không người lái! Cơn giận của anh ta tiêu tan. Anh ta đã có đủ hiểu biết để hiểu rằng do đâu con thuyền kia không chuyển hướng mà vẫn cứ đâm vào mình.

Trong phần lớn trường hợp, nếu chúng ta chịu suy xét, tìm hiểu về nguyên nhân một sự việc, chúng ta sẽ dễ dàng cảm thông và tha thứ. Chúng ta sẽ nhận ra rằng rất nhiều khi đối tượng cơn giận của ta vốn dĩ đã phải chịu đựng rất nhiều và đáng được thương hại hơn là tức giận.

Có những nguyên nhân gần và xa mà ta đều có thể hiểu được nếu chịu suy xét. Một người nào đó nói với ta những lời cau có, bởi vì ngay trước đó anh ta đã hứng chịu những lời tương tự từ người khác. Nếu hiểu được như vậy, ta sẽ không còn giận anh ta nữa. Đó là một nguyên nhân gần, nhưng còn có những nguyên nhân xa hơn nữa. Chẳng hạn người ấy đã lớn lên trong một gia đình mà cha mẹ luôn nói với anh ta bằng những lời cau có, bực dọc. Anh ta đã tập nhiễm thành thói quen nói những lời cau có, bực dọc, nhưng không hẳn trong lòng anh ta có gì đáng ghét. Hiểu được như vậy, chúng ta cũng sẽ không còn giận anh ta nữa.

Khổ đau, buồn chán, thù hận... đều có thể được chuyển hóa bằng vào sự hiểu biết và cảm thông. Chúng ta luôn có được sự hiểu biết khi ta chịu suy xét. Chúng ta luôn có được sự cảm thông khi ta chịu nghĩ đến những đau khổ, bất hạnh mà người khác đang gánh chịu.

Khi chúng ta thiếu sự hiểu biết và cảm thông, chúng ta sống trong đau khổ và gây ra đau khổ cho người khác. Những gì chúng ta làm mà ta cho rằng có thể giúp ta vơi đi đau khổ, thật ra chỉ làm tăng thêm khổ đau nhiều hơn nữa, và càng gây ra nhiều khổ đau cho người khác.

Sự hiểu biết và cảm thông là một kỹ năng cần có quá trình rèn luyện. Hay có thể nói một cách khác đi, sự thiếu hiểu biết và cảm thông vốn là một thói quen tập nhiễm từ rất lâu mà ta không dễ loại trừ ngay trong chỉ một đôi lần. Đôi khi, những cơn giận nổi lên và ta không sao kiềm chế được cho dù ta biết là mình hoàn toàn vô lý. Nhưng với một sự tỉnh thức và kiên nhẫn, qua nhiều lần như vậy chúng ta sẽ dần dần kiểm soát được chúng.

Sự thiếu hiểu biết thường là do không chịu lắng nghe từ người khác. Bởi vì có những điều chúng ta không thể suy ra được mà cần phải được nghe người khác giải thích. Nhưng thói quen của chúng ta khi nóng giận thường là không chịu lắng nghe người khác. Và điều đó dẫn đến sự thiếu hiểu biết.

Trong câu chuyện nổi tiếng về người thiếu phụ Nam Xương, người chồng đã thiếu hiểu biết vì không chịu lắng nghe. Qua nhiều năm chinh chiến trở về, anh ta không thể hiểu hết mọi việc ở nhà. Nhưng khi nghe đứa con nói rằng: "Ông không phải ba tôi. Ba tôi về đêm mới đến. Mẹ tôi nói chuyện và khóc với ba tôi. Khi mẹ tôi ngồi, ba tôi cũng ngồi. Khi mẹ tôi nằm xuống, ba tôi cũng nằm." Anh ta cho rằng mình đã hiểu hết vấn đề qua lời nói của đứa con. Nhưng nếu anh chịu lắng nghe, anh sẽ hiểu được sự thật. Đứa bé đang nói về cái bóng đen trên vách tường mà mẹ nó mỗi đêm vẫn thường chỉ vào và bảo với nó đó là ba nó. Sự tức giận làm cho anh ta không còn biết lắng nghe. Và vì thế, anh ta không có đủ hiểu biết để hóa giải cơn giận. Hậu quả mà chúng ta ai cũng biết là người vợ đã trầm mình xuống sông tự vẫn.

Người vợ cũng đã sai lầm khi hành động như vậy. Bà đã không cảm thông được với cơn giận của người chồng. Lẽ ra bà phải hiểu được là người chồng đang giận, và những lời giải thích của bà có thể đưa ra sau đó, vì không có cơn giận nào kéo dài vô thời hạn. Bản thân bà cũng có một cơn giận. Nó là nguồn năng lượng tiêu cực thúc đẩy bà hành động sai lầm khi không nghĩ đến hậu quả cho người chồng và đứa con. Nếu bà hiểu được và cảm thông với nỗi đau khổ của người chồng đang tức giận, bà sẽ có thể kiên nhẫn chờ đợi giải thích vấn đề, và chúng ta hẳn đã có một kết quả tốt đẹp hơn cho câu chuyện.

Nguyên nhân gây ra những cơn giận cũng thường là nằm trong quá khứ. Khi có ai đó nói hoặc làm điều gì khiến ta nổi giận, thường là bởi vì điều ấy có liên hệ nhất định với những điều không hay nào đó trong quá khứ của ta. Vì thế, nếu ta ý thức được giá trị của hiện tại và không bị chi phối bởi quá khứ, chúng ta sẽ dễ dàng kiểm soát những cơn giận của mình hơn.

Điều quan trọng nhất mà chúng ta cần phải nhớ là, khi chúng ta tức giận hoặc hận thù hoặc đau khổ... những cảm xúc ấy là ở nơi ta, không thuộc về bất cứ một người nào khác. Chúng ta chỉ có thể chuyển hóa những năng lượng tinh thần tiêu cực ấy bằng chính sự hiểu biết và cảm thông của mình, không thể bằng cách tác động vào ai đó như một đối tượng của lòng căm tức, hận thù hoặc đau khổ.

Những năng lượng tinh thần tiêu cực giống như những ngọn lửa. Chúng cần có gì đó để thiêu đốt. Khi chúng ta thiếu sự hiểu biết, chúng thiêu đốt chính bản thân ta. Nếu chúng ta chuyển hóa được chúng, chúng sẽ trở thành lòng yêu thương, sự hiểu biết và cảm thông chia sẻ... những nguồn năng lượng tích cực thúc đẩy ta làm được những điều tốt đẹp cho chính mình và cho mọi người chung quanh ta.

Không còn sợ hãi...

Trong những cảm giác thông thường của chúng ta, sự sợ hãi là một cảm giác không mong muốn và chẳng mang lại lợi ích gì. Có thể nó giúp ngăn cản chúng ta không làm một điều gì đó nguy hiểm, nhưng trí phán đoán cũng hoàn toàn có thể làm được việc này.

Chúng ta lo sợ vì rất nhiều nguyên nhân, nhưng thường thì ta lo sợ nhiều nhất khi ta chẳng hiểu gì về những nguyên nhân ấy. Khi ta hiểu rõ, nắm rõ được nguyên nhân, ta có thể làm giảm nhẹ đi hoặc triệt tiêu nỗi lo sợ. Nhưng khi ta không hiểu rõ được những nguyên nhân, ta sẽ sống rất lâu trong sự sợ hãi.

Một em bé lo sợ thường là không hiểu được nguyên nhân. Vì thế, ta rất khó làm cho em hết sợ. Nếu ta hiểu được em lo sợ vì phải ở một mình, vì bóng tối hay vì một điều gì khác... ta có thể giúp em cắt đứt cơn sợ hãi.

Nỗi lo sợ của một người lớn thì có khác. Ta cần phải tự mình hiểu ra được nguyên nhân. Ta không thể mong đợi một người khác hiểu được và giúp ta hết sợ. Chỉ khi ta hiểu rõ được nguyên nhân nỗi lo sợ của mình, ta mới có thể chấm dứt không còn sợ hãi.

Cách đối phó trước tiên với nỗi sợ hãi là ta phải biết nhận ra nó ngay khi nào nó vừa sinh khởi. Khi ta bắt đầu có cảm giác sợ hãi, ta nhận biết và tự nói: "Tôi bắt đầu sợ hãi, tôi đang sợ hãi..." Và vì ta nhận biết nỗi sợ hãi ngay khi nó vừa sinh khởi, nên đồng thời ta cũng nhận biết được nguyên nhân gây ra nó.

Như khi lần đầu tiên bạn từ miền quê lên thành phố. Sự xa lạ, cảnh phố phường tấp nập và nhiều thứ khác nữa có thể làm cho bạn sợ. Khi cảm giác lo sợ bắt đầu, bạn cần tỉnh táo nhận biết và tự nói: "Tôi vừa đến thành phố lần đầu tiên. Tôi bắt đầu sợ hãi, tôi đang sợ hãi..." Ngay khi ấy, vì bạn biết mình bắt đầu sợ hãi, bạn liền nhận biết được những nguyên nhân gây ra nỗi sợ hãi đó.

Thay vì chối bỏ nỗi sợ hãi, bạn đã nhận biết và thừa nhận nó. Và ngay khi bạn nhận biết nỗi sợ hãi và nguyên nhân đã gây ra nó, bạn liền làm chủ được nỗi sợ hãi ấy. Mặc dù bạn vẫn còn sợ hãi, nhưng bạn đã có đủ sự tỉnh thức để biết chắc là nỗi sợ hãi của mình đã sinh khởi từ đâu và phát triển như thế nào. Bạn nhận biết được dù sao thì nỗi sợ hãi cũng chỉ là một phần cảm xúc của chính mình, và không cần phải lo lắng thái quá về nó. Để duy trì sự tỉnh thức này, bạn có thể chọn cách theo dõi hơi thở của mình trong sự tỉnh thức.

Trong ví dụ trên, khi bạn biết được những nguyên nhân gây ra sự sợ hãi cho mình là sự đông đúc, xa lạ của môi trường thành phố, bạn bắt đầu làm chủ được nỗi sợ hãi. Bạn suy xét rằng không có gì phải sợ hãi khi có bao nhiêu người khác vẫn sinh hoạt bình thường trong môi trường này, và bạn hoàn toàn có thể làm quen với nó để không còn thấy xa lạ nữa. Bạn duy trì sự hiểu biết tỉnh táo ấy bằng cách theo dõi hơi thở của mình trong sự tỉnh thức. Mặc dù cảm giác sợ hãi có thể là vẫn còn, nhưng bạn đã kiểm soát được và biết chắc là nó sẽ không thể tiếp tục tăng trưởng nhiều hơn trước.

Khi đã biết rõ và thừa nhận nỗi sợ hãi, bạn bắt đầu đối diện với nó. Nhờ có sự tỉnh thức về nỗi sợ hãi, về sự hiện hữu của mình trong hiện tại, bạn sẽ thấy mình không còn lý do nào để phải tiếp tục sợ hãi hơn nữa. Vì thế, bạn dần dần thấy êm dịu hơn và chú tâm nhiều hơn đến hơi thở của mình, thay vì là đến nỗi sợ hãi. Mỗi hơi thở ra hoặc vào, bạn tỉnh táo nhận biết rằng nỗi sợ hãi của bạn đang dần dần lắng dịu đi.

Đối diện với nỗi sợ hãi và làm êm dịu được nó, bạn biết chắc rằng nỗi sợ hãi không còn có thể tăng trưởng được nữa và cũng chẳng thể làm cho bạn trở nên hốt hoảng. Bạn đã chứng tỏ mình có đủ sự điềm tĩnh để ngay trong cơn sợ hãi cũng vẫn cảm thấy dễ chịu hơn và khống chế được nỗi sợ hãi. Bằng vào sự tỉnh thức nhận biết, bạn đã làm dịu nỗi sợ hãi đến mức tối thiểu của nó. Vào lúc này, bạn hoàn toàn có thể mỉm cười và buông bỏ nó.

Nhưng vấn đề không nên chỉ dừng lại ở đây. Vì nỗi sợ hãi có những nguyên nhân nhất định của nó như bạn đã nhận biết ngay từ đầu, nên vấn đề vào lúc này là bạn cần giải quyết tận gốc rễ những nguyên nhân ấy. Như vậy, một nỗi sợ hãi tương tự sẽ không thể diễn ra thêm lần nữa. Như nỗi lo sợ của bạn khi lần đầu tiên lên thành phố là sự bỡ ngỡ trước một môi trường mới. Bạn sẽ phân tích để hiểu ra rằng sự sợ hãi như vậy là khá thông thường nhưng hoàn toàn không chính đáng, vì chúng ta có thể cố gắng để làm quen với một môi trường mới, trong khi sự sợ hãi thì chẳng giúp ích được gì.

Bạn có thể cũng đã nhận thấy trong tiến trình vừa qua, chúng ta nhận biết nguyên nhân của nỗi sợ hãi ngay từ đầu nhưng chỉ giải quyết chúng vào bước cuối cùng. Điều này có sự hợp lý của nó. Như khi một trận hỏa hoạn bốc lên, bạn cần nhận biết ngay nguyên nhân ban đầu và nơi đã phát khởi đám cháy. Nhưng bạn sẽ chưa đá động gì đến những nguyên nhân gây cháy ấy, chừng nào mà bạn còn chưa dập tắt hoặc khống chế được ngọn lửa.

Giải quyết các nguyên nhân là ngăn ngừa một trận cháy tương tự về sau, nhưng chúng không có ý nghĩa gì khi ngọn lửa đã bốc lên. Cũng vậy, khi nỗi sợ hãi của bạn đã sinh khởi, điều trước hết là bạn phải quan tâm dập tắt, khống chế nó. Và những nguyên nhân sẽ được giải quyết như một biện pháp ngăn ngừa cho những lần về sau.

Mỗi khi có điều lo sợ, bạn cần kiên nhẫn thực hiện phương thức này. Nếu bạn thật sự thành công, dần dần bạn sẽ nhận ra được là chúng ta không cần thiết phải nuôi dưỡng sự sợ hãi, rằng sự sợ hãi tồn tại được là vì chúng ta đã dung dưỡng nó theo một thói quen từ rất lâu. Ngay cả trong những hoàn cảnh nguy hiểm nhất, rồi bạn sẽ giữ được sự bình tĩnh để giải quyết vấn đề mà không còn sợ hãi nữa.

Hạnh phúc trong sự hòa hợp

Khi nghĩ đến một cuộc sống hạnh phúc, chúng ta thường nghĩ nhiều về các yếu tố liên quan đến chính mình, chẳng hạn như sự đầy đủ vật chất, thỏa mãn những mong ước tinh thần...

Nhưng chúng ta thường quên mất một điều là chúng ta không bao giờ có được hạnh phúc chân thật khi những người quanh ta vẫn còn nhiều đau khổ. Trong trường hợp đó, chúng ta cần phải biết chia sẻ hạnh phúc của chính mình với người khác như một phương pháp đối trị.

Nếu hai người bạn sống chung một phòng trọ mà không đạt được sự hòa hợp với nhau, sẽ hoàn toàn vô ích khi một trong hai người mong muốn làm gì đó để đạt được hạnh phúc cho riêng mình. Trường hợp của một gia đình, một cộng đồng, một xã hội cũng đều tương tự. Điều đó giúp ta hiểu được vì sao có những người có thể dành trọn cuộc đời mình để mưu tìm hạnh phúc cho người khác. Bản thân họ không cần đi tìm hạnh phúc, bởi chính cuộc sống như vậy của họ đã là một biểu hiện của hạnh phúc rồi!

Bởi vậy, xây dựng sự hòa hợp trong cộng đồng chúng ta đang sống cũng là một phần trong những nỗ lực để có được một cuộc sống hạnh phúc. Điều đó tất nhiên đòi hỏi sự tham gia cố gắng của mỗi người trong cộng đồng, nhưng quá trình ấy cần phải được khởi đầu từ chính bản thân ta.

Thường thì những bất đồng hay gút mắt giữa những người sống chung được khởi đầu từ những chuyện không quan trọng lắm. Chỉ vì chúng ta không có đủ nhận thức về tầm quan trọng của chúng, nên ta thường buông thả để cho chúng tích tụ nhiều ngày đến mức không sao cứu vãn được.

Những chuyện thông thường như sự hiểu lầm, sự bất đồng hoặc nghi ngờ lẫn nhau cần được giải quyết triệt để ngay từ khi chúng vừa sinh khởi. Cha mẹ đối với con cái, vợ chồng đối với nhau, hay anh chị em trong một nhà... đều phải thường xuyên lưu ý đến điều này. Sự thẳng thắn bộc lộ và cùng nhau bàn bạc vấn đề bao giờ cũng là giải pháp tốt nhất.

Đôi khi chúng ta thường không hiểu được chính mình khi đánh giá một vấn đề là nhỏ nhặt và cho rằng mình hoàn toàn có thể bỏ qua không lưu tâm. Thật ra, bao giờ chúng cũng tạo thành một gút mắt vô hình trong tâm hồn chúng ta, chờ đợi thêm nhiều gút mắt tương tự hoặc một dịp thuận tiện nào đó để bùng lên thành một mâu thuẫn lớn, làm tổn hại đến tình cảm. Vấn đề chỉ có thể thật sự được giải quyết hoàn toàn sau khi chúng ta đã cùng nhau đối diện với nó và đạt được một cách nhìn chung. Bằng không, nó sẽ là một khối u ngầm chờ đợi ngày phát tác.

Vì thế, người biết xây dựng cuộc sống hòa hợp là người luôn luôn đối diện với mọi vấn đề, dù lớn hay nhỏ. Chủ động đưa ra vấn đề để cùng nhau bàn bạc giải quyết, đó là cách tích cực nhất để xây dựng một cuộc sống hòa hợp trong cộng đồng.

Bí quyết xây dựng cuộc sống hòa hợp còn nằm ở sự nắm hiểu được bản chất của nhau và sống nhân nhượng cùng nhau. Không có con người nào là không thể sống chung hòa hợp, vì nếu không có ai để sống chung, chúng ta biết rằng tình hình sẽ còn bi đát hơn thế nữa. Vì vậy, được sống chung với những người khác là một niềm hạnh phúc cần được trân trọng. Hiểu được như thế, chúng ta sẽ dễ dàng hài lòng khi sống chung với bất cứ hạng người nào.

Khí đốt là độc hại, nếu bất cẩn có thể gây chết người. Nhưng chúng ta hiểu rõ bản chất độc hại của nó và có những bình chứa, ống dẫn an toàn. Ta mang nó vào nhà để sử dụng và có những biện pháp cẩn thận để đảm bảo nó sẽ không gây hại. Nhờ hiểu rõ bản chất của khí đốt, ta có thể sống chung cùng nó. Dòng điện cũng là một ví dụ tương tự, có thể giật chết người. Hiểu rõ được bản chất nguy hiểm đó, ta vẫn có thể sử dụng nó với những biện pháp cẩn thận cần thiết. Nếu ta không hiểu được bản chất của nó, ta có thể sẽ chết vì bị điện giật.

Khi sống chung với bất cứ ai, chúng ta cần thiết phải hiểu được bản chất của người ấy. Khi hiểu được, ta dễ dàng cảm thông và chia sẻ. Ví dụ như một người bạn có tính tham ăn, nhưng thật sự rất tốt bụng. Ta có thể thông cảm và nhường cho anh ta phần ăn nhiều hơn khi có dịp. Ta không đòi hỏi anh ta phải bỏ tính tham ăn, dù rằng điều đó có thể là tốt hơn. Nhưng vì bản chất của anh ta là như thế, và trước hết chúng ta cần hiểu được để cảm thông và có thể sống chung hòa hợp.

Mỗi người có thể có một hoặc nhiều thói xấu. Bản thân chúng ta cũng vậy. Không có ai là hoàn thiện về mọi mặt.

Khi hiểu được bản chất của người sống chung, ta không ngạc nhiên và khó chịu khi người ấy bộc lộ những thói xấu. Ngoài ra, ta còn dễ dàng cảm thông khi biết rằng chắc chắn bản thân ta cũng có những thói xấu nhất định nào đó, và đã được những người sống chung hiểu và cảm thông.

Hơn thế nữa, ta cũng nên nhớ một điều là loại trừ những thói xấu ra, bất cứ con người nào cũng đều còn có những mặt tốt đẹp tuyệt vời để ta hài lòng khi chung sống. Người bạn tham ăn có thể là một anh chàng rất sốt sắng giúp đỡ người khác khi cần đến. Cô bạn lắm lời nhưng thực chất có thể là rất quan tâm đến người khác...

Nói chung, sự hiểu biết giúp ta cảm thông với những mặt xấu và đồng thời cũng giúp ta nhận ra được những mặt tốt đẹp. Điều này là quan trọng. Bởi vì khi chúng ta không hài lòng với ai đó về một điểm xấu nào, ta thường bị ảnh hưởng của sự không hài lòng đó và không nhận ra được ở người ấy có điểm nào là tốt đẹp nữa cả.

Hiểu biết và cảm thông không hề đồng nghĩa với việc bảo vệ hay dung dưỡng cái xấu. Ta cần biết chỉ ra và phê phán những thói xấu một cách thích hợp vào bất cứ khi nào có dịp. Nhưng điều đó phải được thực hiện hoàn toàn trong tinh thần xây dựng, không xuất phát từ một sự khó chịu hay ghét bỏ nào. Ta cảm thông với cái xấu vì hiểu được rằng sự khiếm khuyết vốn là bản chất tự nhiên của hết thảy mọi con người, nhưng ta cũng phê phán, xây dựng để cải thiện cái xấu cho tốt hơn, vì điều đó giúp hướng đến một cuộc sống ngày càng tốt đẹp.

Một cuộc sống hòa hợp trong cộng đồng không bao giờ là điều tự nhiên có được. Đó là kết quả của sự hiểu biết và nỗ lực xây dựng. Mỗi thành viên đều có trách nhiệm, nhưng bản thân ta bao giờ cũng nên nhận lấy phần khởi xướng đầu tiên và tích cực trong xây dựng.

Câu hỏi được đặt ra ở đây là, nếu những người khác trong cộng đồng không có được ý thức và quan niệm giống như ta, liệu nỗ lực của bản thân ta có mang lại được ích lợi gì chăng? Có đấy. Sự thật là, nếu sự khiếm khuyết đã là bản chất tự nhiên của mỗi con người, thì nó cũng là bản chất tự nhiên của mỗi cộng đồng con người. Tuy nhiên, nỗ lực xây dựng của chúng ta tự thân nó đã là một phương tiện để chúng ta đạt được hạnh phúc. Chúng ta sẽ không bao giờ đòi hỏi một sự hoàn thiện tuyệt đối, nhưng chính trong quá trình vươn đến sự hoàn thiện ta sẽ có được hạnh phúc chân thật.

Nuôi dưỡng tâm hồn

Chúng ta thường quan tâm đến việc nuôi dưỡng cơ thể bằng những loại thức ăn nào bổ dưỡng, lành mạnh, nhưng lại rất ít khi quan tâm đến việc nuôi dưỡng tâm hồn.

Thật ra, tâm hồn ta cũng cần được nuôi dưỡng. Và xét về nhiều khía cạnh, tâm hồn là quan trọng và cần chú ý quan tâm hơn rất nhiều. Một tâm hồn trong sáng, lành mạnh dễ mang lại cho ta cuộc sống yên vui, hạnh phúc, ngay cả khi ta gặp phải những nghịch cảnh khó khăn.

Việc nuôi dưỡng tâm hồn cũng có những vấn đề của nó. Khi ta sử dụng thức ăn cho cơ thể, ta cần biết được những món nào là bổ dưỡng và những món nào là độc hại. Những thức ăn độc hại sẽ làm cơ thể ta thương tổn, suy yếu. Việc nuôi dưỡng tâm hồn cũng vậy. Ta cần biết phân biệt những điều gì giúp ta hàm dưỡng được sự tốt đẹp cho tâm hồn, và những điều gì là độc hại, không tốt.

Trong phần tinh thần của ta, ngoài những gì thuộc về ý thức được bộc lộ bằng hình thức suy nghĩ, cảm xúc..., còn có một phần khác tinh tế hơn. Đó là những gì được ghi nhận lại trong tiềm thức. Những yếu tố này được ghi nhận lại sau mỗi lần có một ý tưởng, cảm xúc nào đó được thể hiện. Và sau đó chúng sẽ đóng vai trò như những hạt giống ngủ yên, chờ đợi lúc thuận tiện để sinh khởi trở lại.

Sự so sánh này càng chính xác hơn khi chúng ta biết rằng những gì được thể hiện nơi ý thức sẽ hình thành không phải một mà là nhiều hạt giống khác cùng loại với nó trong tiềm thức. Và những hạt giống này lại chờ đợi có dịp để tiếp tục phát lộ ra bên ngoài.

Khi ta tức giận với ai đó chẳng hạn. Ngoài những cảm xúc mạnh mẽ của sự nóng giận được bộc lộ ra, cơn giận ấy còn gieo cấy vào tiềm thức của ta nhiều hạt giống khác của sự giận dữ. Những hạt giống này sẵn sàng chờ dịp để nảy mầm. Và điều này có nghĩa là về sau ta càng dễ có những cơn giận tương tự như vậy bộc phát.

Nếu ta tham lam, nghi ngờ, ganh ty... hay yêu thương, vị tha, cảm thông... tất cả cảm xúc ấy đều để lại những hạt giống của chúng trong tiềm thức.

Khi hiểu được điều này, chúng ta càng phải cẩn thận hơn trong việc chăm sóc những cảm xúc và suy nghĩ của mình. Vâng, ngay cả những suy nghĩ cũng độc hại không kém gì hành động. Đôi khi ta thù ghét ai đó và chưa có một biểu lộ nào ra bên ngoài, nhưng ta thường xuyên nuôi dưỡng những ý nghĩ về sự thù ghét. Như vậy là ta đang nung nấu, làm khổ sở tâm hồn mình bằng ngọn lửa thù hận. Và hơn thế nữa, ta còn gieo cấy thêm những hạt giống xấu của sự thù hận vào tiềm thức. Khi có dịp, sự thù ghét đó sẽ sẵn sàng được bộc lộ ra thành hành động.

May mắn thay, điều ngược lại cũng là sự thật. Nếu ta nuôi dưỡng những ý nghĩ về sự thương yêu, chia sẻ, cảm thông, lòng vị tha... chúng ta cũng sẽ gieo cấy được những hạt giống của sự thương yêu, chia sẻ, cảm thông, vị tha... Khi có dịp, những hạt giống này chắc chắn sẽ nảy nở làm tươi mát cho cuộc sống chúng ta.

Theo cách hiểu này, ngay cả việc thường xuyên tiếp xúc với những môi trường xấu xa, như đọc sách báo, xem phim ảnh, nghe nhạc... với những nội dung không lành mạnh, cũng sẽ gieo cấy vào tâm hồn ta vô số những hạt giống xấu.

Ngược lại, chỉ cần một cử chỉ cảm thông trước nỗi khổ đau của người khác, hoặc chân thành chia sẻ niềm vui của một người bạn vừa thành đạt... những điều nhỏ nhặt đến thế cũng đã gieo cấy được vào tâm hồn ta những hạt giống tốt lành.

Vấn đề khác biệt nằm ở nơi đây. Sự tham lam, nóng giận, nghi ngờ, ghen ty... là những tính xấu, không phải chỉ là vì theo như các tiêu chí đạo đức mà chúng ta đã được giáo dục. Chúng ta còn có thể dễ dàng tự mình cảm nhận được sự tai hại mà chúng mang đến cho tâm hồn chúng ta. Bất kể là sự tham lam, nóng giận, nghi ngờ, ghen ty... của ta có gây ra điều gì tổn hại cho ai đó hay chưa, nhưng chúng đã thật sự làm tổn hại chính tâm hồn ta khi ta nuôi dưỡng chúng. Bạn sẽ không bao giờ có được một giây phút nào yên vui, thanh thản nếu trong lòng bạn chất chứa đầy thù hận, sự nghi ngờ, ghen ty... hay theo đuổi một tham vọng chưa đạt được.

Ngược lại, khi ta nuôi dưỡng tâm hồn bằng sự yêu thương, chia sẻ, cảm thông, vị tha... chúng ta tự mình cảm nhận được niềm vui nhẹ nhàng của sự thanh thản, tươi sáng.

Vì thế chúng ta không lấy làm lạ khi biết rằng để có được một cuộc sống thật sự yên vui hạnh phúc, một tâm hồn trong sáng thanh thản, chúng ta cần phải biết nuôi dưỡng tâm hồn mình bằng những gì tươi mát, tốt đẹp, tránh xa những gì độc hại, gây thương tổn.

Mặt khác, một trong những khuynh hướng thông thường của chúng ta là khi có điều gì không vừa ý hoặc bất đồng, ta thường hay nhắc đến. Nhưng ngay cả việc phê phán, chỉ trích những điều xấu mà vượt quá mức độ cần thiết, nghĩa là không còn nhằm mục đích xây dựng nữa, cũng sẽ có tác dụng gieo cấy trong tâm hồn ta những hạt giống của sự độc hại. Hãy nhớ rằng, chỉ cần nghĩ đến, nhắc đến những điều xấu thôi, cũng đã đủ để làm thương tổn tâm hồn ta nhiều khi rất nặng nề.

Ngược lại, đôi khi có những việc nhỏ nhặt tưởng như vô ích, nhưng thật sự mang lại cho ta rất nhiều ích lợi. Chẳng hạn, bạn có thể vô tư thưởng thức vẻ đẹp của một bông hoa buổi sáng, hoặc một áng mây bay qua trên bầu trời trong xanh... Những điều ấy cũng đủ gieo cấy trong tâm hồn bạn những hạt giống tươi mát, nhiệm mầu. Sự nảy mầm của những hạt giống ấy sẽ giúp bạn gần gũi hơn, tiếp xúc một cách trọn vẹn hơn với cuộc sống tươi đẹp này.

Cuộc sống quanh ta có biết bao nhiêu điều tốt đẹp đáng quý và cần trân trọng. Chỉ cần ta biết khéo léo nhận ra và chọn lọc, chúng ta không hề thiếu thốn những hạt giống tốt đẹp để gieo trồng. Mặt khác, trong cuộc sống cũng đầy dẫy những cỏ dại xấu xa. Chỉ cần ta sống buông trôi, thiếu hiểu biết, cuộc đời ta sẽ phải trả giá bằng những u ám, tối tăm kéo dài.

Một tâm hồn tươi đẹp đầy hoa thơm trái quý, hay tiêu điều hoang vắng với cỏ dại lan tràn... Điều đó hoàn toàn tùy thuộc vào nhận thức và nỗ lực của chính chúng ta, không phụ thuộc vào bất kỳ ai khác.

Nuôi dưỡng tâm hồn cũng quan trọng, cần thiết không kém gì việc nuôi dưỡng thể xác, nhưng chúng ta rất thường lãng quên không chú ý đến việc này. Chúng ta đôi khi bỏ mặc tâm hồn mình khô cằn hoặc mọc đầy cỏ dại. Nếu ý thức được điều này và bắt đầu chăm sóc gieo trồng những hạt giống tốt lành, chắc chắn bạn sẽ có được một cuộc sống tươi vui và hạnh phúc hơn nhiều.

Tình cảm chân thật và sự hiểu biết

Rất nhiều trong số những cảm xúc không tốt của chúng ta xuất phát từ sự thiếu hiểu biết. Ở đây, tôi không nói đến sự hiểu biết về những kiến thức tâm lý học hay bất cứ một khoa học nào khác. Tôi muốn nói một cách đơn giản đến sự hiểu biết về đối tượng mà những tình cảm của chúng ta nhắm đến.

Một buổi sáng, bạn đến văn phòng làm việc và nhìn thấy một người bạn đồng nghiệp với nút áo sơ mi cài lệch. Nhẹ nhàng và từ tốn, bạn nói nhỏ cho anh bạn ấy biết để sửa lại. Thay vì cảm ơn về sự nhắc nhở tế nhị này, anh ta lại cau có và gắt lên với bạn: "Thế thì lại việc gì đến anh?"

Thật dễ dàng để nổi giận với một cách ứng xử thiếu lịch sự như thế. Bạn có thể sẽ cho anh ta một trận ra trò để hiểu thế nào là phép lịch sự.

Nhưng nếu như bạn hiểu được anh bạn kia đang ở trong một tâm trạng bấn loạn, lo âu đến như thế nào, có thể bạn sẽ cảm thông và tha thứ. Mới chiều hôm qua anh ta đã bị ông chủ gọi vào phòng quát tháo vì một sơ suất nào đó, và đe dọa cho nghỉ việc. Có lẽ suốt đêm qua anh ta đã không ngủ được vì lo lắng. Và trong một tâm trạng như thế, anh dễ dàng cau có, gắt gỏng một cách vô lý.

Sự hiểu biết về anh chàng tội nghiệp này sẽ giúp bạn triệt tiêu hoàn toàn cơn giận dữ. Ngược lại, bạn còn sẽ mở lòng ra cảm thông và chia sẻ hoàn cảnh khó khăn anh ta đang gánh chịu. Có thể bạn sẽ đề nghị nhường một công việc ngoài giờ mà mình đang có được cho anh ta, như một sự giúp đỡ tạm thời nếu như anh ta bị mất việc...

Hầu hết những trường hợp nóng giận của chúng ta đều xuất phát từ sự thiếu hiểu biết về đối tượng. Vì thế, nếu chịu khó tìm hiểu về hoàn cảnh riêng của mỗi người, chúng ta sẽ giảm bớt được rất nhiều những cơn giận dữ. Một người bạn ăn nói cộc cằn, thô lỗ sẽ không đáng giận nếu như ta hiểu được rằng anh ấy đã mồ côi cha mẹ từ thuở nhỏ và không hề được cắp sách đến trường. Một cô bạn luôn bủn xỉn, keo kiệt từng đồng xu trong giao tiếp sẽ không đáng giận chút nào nếu như bạn hiểu được cô đang phải nuôi dưỡng cha mẹ già bệnh tật chỉ nhờ vào đồng lương ít ỏi của mình.

Chúng ta trách móc, hờn giận người khác cũng xuất phát từ sự thiếu hiểu biết. Nếu như nhà bạn có một cây xoài rất lớn mà năm nay chẳng có trái nào, hẳn bạn sẽ không trách móc cây xoài. Đó là vì bạn hiểu được cây xoài không có trái vì nhiều lý do, nhưng không có lý do nào trong đó đáng để bạn trách móc cây xoài. Có thể năm tới bạn cần bón thêm phân, tưới nước hoặc tỉa bớt cành lá... Còn việc trách móc cây xoài là vô lý và không mang lại bất cứ kết quả nào.

Những mối quan hệ không tốt đẹp của chúng ta trong cuộc sống cũng cần được xem xét tương tự như thế. Sự trách móc lẫn nhau không đưa lại kết quả gì. Nếu một người bạn không thật sự hết lòng giúp bạn, điều đó có nghĩa là bạn đã chưa chăm sóc đúng mức cho mối quan hệ giữa hai người. Nếu bạn trách móc người ấy, thì cũng giống như bạn trách móc cây xoài. Thay vì vậy, bạn nên suy nghĩ lại và tìm ra những biện pháp tốt hơn để hoàn thiện hơn nữa mối quan hệ ấy.

Ngay cả lòng yêu thương chân thật cũng cần phải xuất phát từ sự hiểu biết. Nếu bạn thương yêu ai đó mà không chịu tìm hiểu về người ấy, bạn sẽ không thể gìn giữ tình cảm được lâu dài. Chúng ta cần có sự hiểu biết mới có thể yêu thương chân thật, bởi vì sự hiểu biết giúp ta diệt trừ những mầm mống của sự nghi ngờ, đố kỵ hay hờn giận, trách móc...

Để hiểu được người mình thương yêu, bạn cần phải chân thành tiếp xúc và chủ động tìm hiểu. Bạn cần biết được người ấy đang có những tâm sự gì, hoặc người ấy cảm thấy như thế nào về bạn... Những hiểu biết như vậy giúp bạn vun đắp tình thương yêu của mình ngày càng tốt đẹp.

Ngay cả những tình cảm thân thiết trong gia đình như cha mẹ với con cái, anh chị em, hoặc vợ chồng... cũng cần phải có sự hiểu biết lẫn nhau. Hầu hết những sự rạn nứt hay tan vỡ trong tình cảm đều xuất phát từ sự thiếu hiểu biết. Một người chồng gặp khó khăn trong công việc nhưng không chia sẻ được gì với vợ, sẽ âm thầm nuôi dưỡng sự bực dọc, cau có... Nếu người vợ không hiểu được anh ta, sẽ cho rằng những bực dọc, cau có của anh ta là vô lý, và do đó cũng đáp lại bằng thái độ giận dỗi, bực tức. Quan hệ giữa hai bên vì thế sẽ ngày càng xấu đi cho đến khi không còn cứu vãn được. Chỉ cần họ biết quan tâm tìm hiểu lẫn nhau, thảm kịch bi đát ấy sẽ có thể dễ dàng được ngăn chặn ngay từ đầu.

Tôi biết có nhiều bậc cha mẹ thương yêu và hết lòng lo cho tương lai con cái. Họ làm việc quên cả bản thân mình. Nhưng càng ngày họ càng xa cách với các con, vì bọn trẻ không có nhiều cơ hội để hiểu biết về họ, và ngược lại họ cũng không hiểu mấy về con cái mình. Những gia đình như thế rất khó có được sự hòa hợp và yên vui, hạnh phúc.

Tình thương yêu chân thật có hai biểu hiện rõ ràng nhất. Đó là mang lại niềm vui, hạnh phúc cho người mình thương yêu, và chia sẻ những nỗi đau khổ, khó khăn với người ấy.

Để có thể mang lại niềm vui cho ai, bạn không thể không hiểu được người ấy. Một món quà sinh nhật mang lại được nhiều niềm vui nhất là món quà được chọn đúng theo với ý muốn của người được tặng. Và để làm được điều đó cần phải tìm hiểu về người ấy. Cũng vậy, để chia sẻ được nỗi đau khổ của ai, bạn cần hiểu được về họ. Một lời an ủi có thể làm vơi đi rất nhiều đau khổ, nhưng nếu người nói không hiểu biết có thể sẽ còn làm gợi lên nhiều niềm đau hơn cả trước đó.

Điều kỳ diệu ở đây là, một khi bạn có tình thương yêu chân thật, bạn sẽ luôn biết cách làm thế nào để tìm hiểu về người mình thương yêu. Bạn cũng sẽ tinh tế hơn trong việc nhận ra những biểu hiện khổ đau hay hờn giận của người ấy.

Tình thương như một dòng suối ngầm luôn âm ỉ chảy trong mỗi chúng ta. Chỉ cần ta biết khơi nguồn đúng cách, mạch suối sẽ tuôn trào ngày càng mãnh liệt hơn.

Khi bạn hiểu được thế nào là tình thương yêu chân thật, bạn sẽ nuôi dưỡng được những hạt giống thương yêu và học biết cách để yêu thương người khác. Nói lời thương yêu với người khác là điều rất tốt, nhưng chỉ nói không thôi thì chưa đủ. Bạn cần phải biết cách thể hiện tình thương yêu ấy bằng hành động cụ thể, và qua đó mà bạn nuôi lớn được năng lực yêu thương, tha thứ của chính mình.

Tình thương cũng cần được biểu lộ. Nếu bạn không biểu lộ tình thương yêu của mình, người khác đôi khi sẽ khó nhận biết được. Hơn nữa, mỗi một hành vi biểu lộ lòng thương yêu cũng chính là sự ươm mầm cho nhiều hạt giống thương yêu khác.

Những lời nói hoặc cử chỉ chăm sóc dù nhỏ nhặt nhưng với sự khéo léo đôi khi cũng có thể là sự biểu lộ rất tốt tình thương yêu. Người phương Tây có tập quán ôm nhau để tỏ tình thương yêu. Đó là một tập quán tốt mà ngày nay có rất nhiều người phương Đông đã học làm theo. Nhiều người cho rằng như thế là ảnh hưởng văn hóa ngoại lai. Tôi không nghĩ vậy. Những tập quán tốt đẹp dù phát sinh ở đâu cũng đều là vốn quý của nhân loại, và cần được lan rộng. Người phương Tây cũng đã học theo rất nhiều tư tưởng, tập quán của phương Đông.

Đôi khi bạn cho rằng lập lại những lời yêu thương ai đó quá nhiều lần là một sự nhàm chán. Điều đó không đúng. Bằng chứng là chẳng có ai thấy nhàm chán mà không trân trọng khi người khác thành thật nói ra lời yêu thương mình. Chúng ta nên duy trì tập quán hỏi han, quan tâm đến nhau và nói những lời yêu thương nhau hằng ngày trong gia đình. Điều đó giúp vun trồng cho hạnh phúc ngày càng tăng trưởng. Cuộc sống quá bận rộn của thời đại công nghiệp này đang cướp dần đi của chúng ta những giây phút quý giá được gần gũi bên nhau. Nếu chúng ta không khéo léo nhận ra để sớm bù đắp lại, có thể sẽ là quá trễ khi tình cảm trở nên lạnh giá và mọi người không còn ai hiểu được ai.

Tình cảm chân thật và sự hiểu biết luôn đi đôi với nhau. Thật ra là chúng cần đến nhau. Làm sao bạn có thể thương yêu ai đó khi không hiểu được họ? Cũng như khi bạn đã hiểu rõ một con người, làm sao bạn lại có thể không mở lòng yêu thương?

Một là tất cả

Chúng ta đau khổ phần lớn vì cách nhìn không đúng về sự vật. Chúng ta thường chia cắt, phân biệt những điều vốn thuộc về nhau. Do sự chia cắt, phân biệt sai lầm đó, chúng ta hình thành nên những khái niệm được và mất theo cách nhìn của mình. Và sự được mất đó làm cho chúng ta không hài lòng. Chúng ta đau khổ.

Một người nông dân gieo giống trên sườn đồi và mong đợi một cơn mưa để hạt giống nảy mầm. Một người nông dân khác đang cắt lúa. Anh ta mong đợi trời nắng to, khô ráo để việc thu hoạch được dễ dàng.

Với người nông dân vừa gieo giống, tất cả những gì anh ta cần bây giờ là cơn mưa. Không có mưa, anh ta đau khổ. Nhưng người đang cắt lúa không cần mưa. Cơn mưa làm anh ta đau khổ.

Cả hai người nông dân chẳng làm được gì thật sự tác động đến việc có mưa hay không, nhưng họ đặt niềm hạnh phúc hay khổ đau của họ gắn liền với cơn mưa, và họ không thể nắm chắc được mình có đạt được điều mong ước hay không.

Chúng ta cũng vậy, cũng rất nhiều khi gắn liền hạnh phúc cuộc đời mình với những yếu tố mà ta không tác động được đến. Vì thế, ta không thể nắm chắc là mình sẽ có được hạnh phúc hay không.

Ngược lại, có những yếu tố liên quan đến hạnh phúc của ta, nhưng ta lại không quan tâm đến. Một trong những yếu tố đó chính là cách nhìn nhận của chúng ta về cuộc sống hay sự vật.

Thường thì chúng ta nhìn sự vật theo một cách riêng lẻ, không toàn diện. Theo cách nhìn như thế, sự vật bị cắt đứt đi những mối quan hệ thực có. Chúng ta không thấy rằng trong một bông hoa có sự hiện hữu của nắng ấm, của nước mưa và nhiều thứ khác. Ta cũng không thấy được cuộc sống của ta đang chịu sự chi phối của tất cả mọi người khác và cả những yếu tố vật chất chung quanh ta. Sự hiện hữu đồng thời của vạn vật là một mối tương quan không chia cắt được. Cái này có là vì cái kia có. Cái này mất đi là vì cái kia mất đi. Trong mối quan hệ đó, không có được và mất. Cái mất ở khía cạnh này là cái được ở một khía cạnh khác và ngược lại. Toàn thể sự vật vẫn hiện hữu sinh động như tự bao giờ.

Chúng ta thử nhìn vào một hạt lúa. Thực thể nhỏ bé này hàm chứa trong nó nhiều thế hệ cây lúa trước đó. Vì vậy, chúng ta không cần tác động gì đến cách thức mà nó sinh trưởng. Chúng ta chỉ cần tạo ra những điều kiện thuận lợi. Hạt lúa tự nó biết cách phải nảy mầm, đâm chồi, ra hoa, kết hạt... như thế nào. Rõ ràng là sự hiện hữu của hạt lúa không hoàn toàn riêng lẻ. Nó có mối quan hệ chặt chẽ với tất cả những cây lúa trước đây. Nhìn rộng ra, sự sinh trưởng của nó lại có quan hệ chặt chẽ với những yếu tố môi trường hiện tại, và nhiều điều khác nữa...

Nhìn vào hạt lúa, ta có thể thấy được nhiều thế hệ cây lúa. Ta cũng có thể thấy cả những gian lao cần khổ của người nông dân trồng lên cây lúa. Hơn thế nữa, hạt lúa còn quan hệ đến sự sinh tồn của chính chúng ta. Không có một hạt lúa, không thể có một đồng lúa, và cũng sẽ không có chén cơm ta ăn hằng ngày.

Với cách hiểu này, chúng ta sẽ không còn thấy có sự phân cách trong xã hội. Tất cả đều quan hệ chặt chẽ với nhau. Không có người nghèo, không thể có người giàu. Không có những công nhân lao động cần khổ, không thể có những kẻ ngồi mát ăn bát vàng... Hơn thế nữa, khi nhìn vào những gì xấu xa tội lỗi trong xã hội, chúng ta cũng nhận thấy được phần trách nhiệm của những người lương thiện, bởi chúng ta đã chưa tích cực đủ để giúp họ cải hối theo đường ngay nẻo chánh.

Chúng ta cũng nhìn thấy được mối tương quan chuyển hóa giữa những yếu tố khác nhau trong vạn vật. Chúng ta thấy dòng sữa ngọt của bò trên đồng cỏ xanh tốt. Chúng ta thấy những lọn rau cải xanh tươi trong đống phân chuồng hoai mục...

Chúng ta cũng nhìn thấy trong chính mình sự hiện hữu của bao nhiêu thế hệ cha ông từ trước. Và ta nhìn thấy bản thân mình trong con cháu của ta. Nhiều người vì không nhìn thấy điều này nên đã cư xử không tốt với ông bà, cha mẹ... Họ không biết rằng như thế là họ đang ngược đãi chính bản thân họ.

Ở phương Tây có một tập quán là đưa những người già vào nhà dưỡng lão. Người ta làm như vậy để thuận tiện và có lợi cho công việc làm ăn của những người còn trẻ. Họ cho rằng làm như thế là thuận lợi, vì họ chỉ phải bỏ tiền nuôi sống đầy đủ ông bà hoặc cha mẹ, nhưng không phải mất quá nhiều thời gian cho việc chăm sóc, và với thời gian ấy họ có thể làm ra nhiều tiền hơn.

Điều này là rất tội nghiệp cho những người già, vì làm như vậy là chúng ta đang cách ly họ với chính bản thân họ. Những người già chỉ còn một niềm vui duy nhất trong khi chờ đợi từ giã cuộc đời này, đó là được sống gần con cháu. Sở dĩ như vậy là vì họ cảm nhận được sự hiện hữu tươi trẻ hơn của chính bản thân mình trong thế hệ nối tiếp. Khi chúng ta đưa cha mẹ hoặc ông bà vào nhà dưỡng lão, điều kiện vật chất trong những nơi này tuy có thể là đầy đủ đến mức lý tưởng, nhưng vẫn không hề giống với cuộc sống thân ái dưới mái ấm của một gia đình.

Rất mừng là ở phương Đông chúng ta không có thói quen đối xử với ông bà hoặc cha mẹ theo cách như vậy. Tôi không biết rồi đây nếp sống văn minh bận rộn này có làm thay đổi tập quán tốt đẹp của chúng ta hay không, nhưng tôi mong là điều đó sẽ không xảy ra.

Nếu chúng ta hiểu được tình cảm của những người già, và nếu chúng ta biết rằng những gì ta làm đối với ông bà hoặc cha mẹ hôm nay về sau sẽ xảy đến cho chính bản thân ta cũng như vậy, ta sẽ đối xử với ông bà cha mẹ theo những cung cách tốt đẹp hơn. Người già cần được quan tâm chu đáo cả về thể chất lẫn tinh thần, và việc dành thời gian bên cạnh họ cũng quan trọng không kém gì mang đến miếng ăn thức uống hằng ngày.

Trong cách đối xử với con cái, đôi khi chúng ta cũng không hiểu được điều này. Chúng ta không thường nghĩ rằng sự hiện hữu của chúng là một phần của chính bản thân ta. Vì vậy, chúng rất cần được gần gũi với ta, được ta quan tâm chăm sóc và biểu lộ tình cảm. Nhiều gia đình bận rộn đến mức phải gửi con thường xuyên nơi nhà trẻ, hoặc thuê người giữ trẻ và giao phó mọi công việc chăm sóc. Họ không biết rằng, đứa trẻ lớn lên như thế sẽ bị hụt hẫng rất nhiều về mặt tình cảm. Ngoài việc được nuôi lớn bằng cơm ăn áo mặc, sự gần gũi và biểu lộ tình cảm cũng là vô cùng quan trọng đối với trẻ.

Khi chúng ta nhìn sự vật theo một cách toàn diện và đúng thật như vậy, chúng ta sẽ không còn đau khổ. Những gì mà trước đây chúng ta cho là đau buồn, mất mát sẽ trở nên nhỏ nhặt không đáng kể, và đều có thể được lý giải một cách tích cực hơn trong toàn cảnh. Người nông dân đang cắt lúa sẽ không buồn bực khi trời đổ mưa. Mặc dù bản thân anh ta có gặp nhiều phiền toái, nhưng anh ta hiểu rằng nhiều nơi khác người ta đang cần mưa, và không có lý do gì để buồn bực khi cơn mưa đổ xuống.

Chúng ta cũng nhìn thấy được toàn thể vạn vật trong sự hiện hữu của mỗi một thực thể sống. Bởi vì trong một thực thể hàm chứa tất cả, và tất cả đều có mối quan hệ không chia cắt với từng thực thể.

Khi chúng ta thường xuyên quan sát sự vật theo cách này, ta không còn thấy có sự chia cắt giữa bản thân và sự vật. Ta không cho rằng sự vật là ở bên ngoài ta nữa. Khi ta bắt tay làm một công việc gì, ta không nghĩ rằng mình và công việc là hai đối tượng khác nhau. Ta thấy mình gắn bó không chia cắt với công việc, và chúng ta hòa nhập vào công việc như hòa nhập với chính bản thân mình. Bằng cách này, chúng ta đạt được niềm vui trong mọi phút giây của đời sống.

Các nghệ sĩ lớn đều biết cách hòa nhập với công việc theo cách như thế. Một họa sĩ không còn chia cắt với cọ vẽ và bức họa khi anh ta thực hiện một kiệt tác. Một nhạc sĩ cảm nhận chính mình là những nốt nhạc đang ngân vang. Anh ta không làm công việc nào khác ngoài việc thể hiện chính bản thân mình...

Vì cả quá khứ và tương lai đều bao hàm trong hiện tại, nên khi hiểu được sự bao hàm của một trong tất cả và tất cả trong một, chúng ta càng thấy rõ hơn ý nghĩa quý giá của đời sống và gạt bỏ được hết thảy những lo âu vụn vặt để cảm nhận tất cả những gì mầu nhiệm mà cuộc sống mang đến cho ta trong hiện tại.

Nghệ thuật phản đối

Chúng ta ai ai cũng đều mong muốn một cuộc sống yên ổn, và thậm chí để có được sự yên ổn, đôi khi chúng ta sẵn sàng nhẫn nhục, nhân nhượng đôi chút với người khác. Nhưng những vấn đề trong cuộc sống không phải lúc nào cũng có thể giải quyết bằng nhân nhượng. Đôi khi chúng ta cần thiết phải phản đối.

Nhưng phản đối như thế nào là cả một nghệ thuật.

Thường thì khi chúng ta muốn phản đối điều gì, chúng ta hay quên đi mục tiêu của việc phản đối. Ta chỉ còn chú tâm vào đối tượng phản đối, và vì thế mà bản thân việc phản đối trở thành mục tiêu của ta, thay vì chỉ là phương tiện để đạt đến kết quả mà ta cần có. Chính điều này gây trở ngại rất nhiều cho bất cứ ý đồ hòa giải, thương lượng nào.

Chẳng hạn như một người sống cùng phòng có thói quen đi chơi về rất khuya. Điều này làm bạn rất khó chịu. Vì cửa ra vào được khóa ở bên trong, nên mỗi khi anh ta về bạn phải thức dậy để mở cửa. Trường hợp này kéo dài rất lâu và bạn quyết định phải phản đối.

Vấn đề ở đây là, bạn cần xác định mình đang phản đối việc anh ta đi chơi về quá khuya, chứ không phản đối bản thân anh ta. Bạn không nên xem anh ta như một kẻ đối nghịch theo bất kỳ ý nghĩa nào. Mục tiêu của sự phản đối là chấm dứt việc anh ta đi chơi về khuya. Khi mục tiêu này đạt được, đừng để bất kỳ một định kiến nào có thể tồn tại giữa tình cảm hai người.

Khi cần phải phản đối ai điều gì, chúng ta nên nhớ rằng vấn đề ở đây là sự bất đồng, không phải là đối nghịch. Nhờ đó, chúng ta sẽ sẵn sàng chấp nhận bất kỳ giải pháp nào được đưa ra, miễn là đạt được mục tiêu của sự phản đối.

Tâm lý chung là không ai thích những lời cứng rắn hoặc đe dọa. Nhưng khi muốn phản đối ai điều gì thì ta lại thường có khuynh hướng đưa ra trước hết là những lời cứng rắn hoặc đe dọa. Đây là một nghịch lý, và thường là dẫn đến những kết quả không hay.

Nếu chúng ta cứng rắn với người có thể giải quyết vấn đề phản đối của chúng ta, đó là một bất lợi. Bản thân họ, vốn dĩ đang bất đồng với chúng ta, sẽ dễ dàng trở thành đối nghịch vì sự cứng rắn. Và nếu hai bên đều cứng rắn, rõ ràng là vấn đề chỉ được giải quyết khi một trong hai bên đã hoàn toàn bị khuất phục, còn sự thương tổn thì chắc chắn sẽ nằm cả về hai phía.

Một sự phản đối ôn hòa sẽ hoàn toàn khác hẳn. Khi chúng ta trình bày vấn đề một cách ôn hòa, chúng ta có đủ sáng suốt và bình tĩnh hơn. Người nghe ta trình bày cũng sẽ có một tâm trạng tiếp nhận tốt hơn và sẵn sàng hợp tác hơn. Điều này là tốt đẹp cho cả hai phía.

Trong các vụ thương lượng làm ăn, phụ nữ thường dễ đạt kết quả tốt hơn chính là nhờ họ có khuynh hướng ôn hòa hơn nam giới.

Trong trường hợp vừa nói trên, giả sử bạn nổi nóng lên và phản đối bằng cách túm cổ áo anh chàng đi chơi về khuya kia, và dọa sẽ cho anh ta một trận hoặc tống cổ anh ta ra đường nếu anh ta còn về quá khuya như thế, chắc chắn anh ta cũng sẽ không dễ dàng khuất phục, cũng sẽ nổi nóng lên và đưa ra lời thách thức, vì biết chắc là dù sao bạn cũng không thể đi đến chỗ tống anh ta ra khỏi nhà được. Chưa nói đến điều tệ hại hơn, nếu anh ta là người nóng tính và to khỏe, bạn có thể phải lãnh đủ một trận ra trò chứ không phải là anh ta.

Ngược lại, nếu bạn chọn giải pháp ôn hòa, đợi đến sáng hôm sau, trong giờ ăn điểm tâm chẳng hạn, mới ôn tồn đặt vấn đề với anh ta. Bạn có thể nói rõ sự khó chịu của mình, và tất nhiên là trong tâm trạng bình tĩnh anh ta dễ dàng hiểu được điều đó. Trừ trường hợp bạn đang gặp phải một con người sắt đá và thô lỗ, bằng không thì kết quả chắc chắn sẽ là một sự nhận lỗi và sửa chữa.

Khi chúng ta phản đối vấn đề gì, điều cần thiết nhất là phải đảm bảo những người có trách nhiệm giải quyết phải được giải thích đầy đủ về ý kiến phản đối của chúng ta. Rất nhiều trường hợp phản đối không đi đến kết quả chỉ đơn giản là vì vấn đề đã không được trình bày rõ ràng.

Phản đối đôi khi cũng là điều bắt buộc phải có để hoàn thiện môi trường sống của chúng ta và mọi người quanh ta. Nhưng nếu chúng ta có đủ hiểu biết, ta sẽ không để cho việc phản đối trở thành một nguyên nhân làm mất đi những niềm vui trong cuộc sống.

Đối diện khổ đau

Nếu chúng ta muốn có hạnh phúc chân thật trong cuộc sống, chúng ta buộc phải chấp nhận một sự thật là cuộc sống đầy dẫy những khổ đau. Chúng ta không thể tránh né, càng không thể loại trừ được hết những khổ đau trong đời sống. Chúng ta cần phải biết cách đối diện, nhận thức và chuyển hóa chúng.

Cuộc sống đầy dẫy những khổ đau. Cho dù ta có là người may mắn nhất trong nhân loại, ta cũng không thể tránh khỏi những nỗi khổ nhất định. Sự hiện hữu của những khổ đau đã bắt đầu ngay từ lúc chúng ta mở mắt chào đời. Chúng ta sợ phải chết, nhưng tất cả chúng ta đều phải chết. Chúng ta yêu thích tuổi thanh xuân tươi đẹp tràn đầy sức sống, nhưng tất cả chúng ta đều bất lực nhìn tuổi già đến dần. Chúng ta cố tránh né bệnh tật, nhưng rồi tất cả chúng ta đều cũng không tránh khỏi. Chúng ta mong muốn được sống bên cạnh những người mình thương yêu, nhưng rồi bằng cách này hay cách khác, chúng ta vẫn phải chia tay với từng người trong số họ...

Với phần lớn trong chúng ta thì sự thiếu thốn vật chất ở một mức độ nào đó cũng luôn là nỗi khổ. Chúng ta quay cuồng, vật lộn với cuộc sống và rất hiếm khi chúng ta tự thấy mình đã có đủ những thứ mình cần...

Còn có thể kể ra rất nhiều khổ đau mà chúng ta phải thường xuyên đón nhận trong cuộc sống. Chính vì vậy, có người đã phải thốt lên rằng: "Hạnh phúc là sự tạm dừng của những đau khổ."

Nhưng điều này không thật sự chính xác. Vì nếu như thế thì sẽ chẳng bao giờ chúng ta có được hạnh phúc, vì chẳng hề có một phút giây nào mà đau khổ trong cuộc sống này có thể tạm dừng.

Thay vì mong đợi sự tạm dừng của đau khổ để có được đôi chút hạnh phúc mong manh ngắn ngủi, chúng ta hãy đối diện và nhìn sâu vào bản chất của đau khổ. Khi hiểu rõ được bản chất của chúng, ta sẽ có thể chấp nhận và chuyển hóa. Chỉ khi đó chúng ta mới có được hạnh phúc thật sự.

Hầu hết những khổ đau của chúng ta đều xuất phát từ sự mong cầu đi ngược lại tự nhiên. Chúng ta mong muốn điều gì đó và bất kể là những mong muốn ấy có hợp lý hay không. Hay nói đúng hơn, chúng ta không chịu nhìn sâu vào bản chất của sự vật để có thể thấy được sự vô lý của chính mình.

Một cô gái đau khổ vì yêu thương một chàng trai nhưng không được đáp lại. Chàng trai kia không có lỗi gì cả. Chàng hoàn toàn có quyền lựa chọn người mình yêu thương. Nhưng cô gái đang yêu không có đủ sáng suốt để nhận ra điều đó. Cô đau khổ vì sự sai lầm trong nhận thức của chính mình. Nỗi đau khổ của cô chỉ có thể chấm dứt khi nào cô đối diện được với nó và nhận ra nguyên nhân thật sự, như bao nhiêu người khác đều có thể nhận ra.

Vào một buổi chiều đẹp trời, chúng ta dạo chơi trong một công viên nào đó, ta có thể thấy những cơn gió thoảng qua và có những chiếc lá vàng rơi rụng xuống.

Chiếc lá đã sống trọn một cuộc đời rất đẹp. Từng phút giây tồn tại, nó đã cống hiến trọn vẹn cho sự chuyển hóa dòng nhựa nguyên thành nhựa luyện để nuôi cây. Lá sinh ra từ cây, nhưng trong một ý nghĩa khác, vì lá đã nuôi sống cây nên lá cũng là mẹ của cây. Hết một đời mình, lá rơi rụng về với lòng đất, lại tiếp tục chuyển hóa thành phân mục để nuôi cây. Ngày mai, có thể lá lại được sinh ra thành một chồi non mới...

Trong bức tranh sinh động này, chúng ta có thể thấy rõ quy luật của đời sống. Mỗi người chúng ta là một chiếc lá trên thân cây cuộc đời. Ta không thể tồn tại mãi mãi, nhưng ta có thể sống thật trọn vẹn đời sống của mình. Ta sinh ra từ cuộc sống, nhưng ta sống có ích cho cuộc sống và trong ý nghĩa đó ta cũng góp phần tạo ra cuộc sống.

Thế nhưng hầu hết chúng ta không hài lòng với việc trở về lòng đất như chiếc lá kia. Ta đau khổ vì ta không nhận ra và chấp nhận quy luật tự nhiên của cuộc sống.

Tất cả những thực thể sống đều sinh ra và chết đi. Chiếc lá sinh ra và chết đi. Đóa hoa hồng sinh ra và chết đi. Nhưng những vật vô tri giác, như một tảng đá chẳng hạn, không có sự sinh ra và chết đi theo cách như thế. Chúng chỉ được hình thành và hủy hoại theo thời gian, chúng không có sự sống và sự chết. Chúng ta phải lấy làm hạnh phúc được sinh ra và chết đi, vì chỉ như thế ta mới thật sự được trải qua một đời sống nhiệm mầu.

Nếu chúng ta hiểu rõ được vấn đề và chấp nhận sự thật về sống chết, chúng ta sẽ thấy những giây phút được sống của mình càng có giá trị hơn.

Mỗi một nỗi khổ đau đều có nguyên nhân của nó. Nếu chúng ta biết suy xét để nhận ra những nguyên nhân sâu xa và đích thật, ta sẽ có thể chấp nhận và chuyển hóa nỗi khổ đau thành năng lực thúc đẩy ta nỗ lực sống tốt hơn. Cơ thể chúng ta không rắn chắc như sắt đá, nên một đôi khi ta mắc phải bệnh tật, điều ấy là tự nhiên. Hiểu được điều đó ta càng biết quý trọng và cảm nhận niềm vui trong những lúc được sống khỏe mạnh không bệnh tật, càng cố gắng giữ gìn sức khỏe một cách tích cực hơn, tránh xa những thức ăn uống hoặc những cuộc chơi bời có hại cho sức khỏe. Chúng ta cũng có thể nghĩ về tuổi già như một động lực để sống tốt hơn trong những ngày còn trẻ...

Những thương tổn về tình cảm cũng gây cho chúng ta nhiều đau khổ nếu chúng ta không biết cách đối trị với chúng.

Khi gánh chịu những sự bất công, xúc phạm hoặc khinh miệt... chúng ta thường ôm ấp những thương tổn đó như những vết thương trong tâm hồn, và chúng ta đau khổ vì chúng. Nếu chúng ta biết mở rộng lòng và học được những cách ứng xử rộng lượng hơn, cảm thông hơn... chúng ta sẽ có thể hiểu và chấp nhận những sự bất công, xúc phạm hay khinh miệt ấy theo chiều hướng tốt đẹp hơn, và không để chúng làm thương tổn đến tâm hồn ta.

Trong hầu hết trường hợp, người ta cư xử một cách bất công hay thô bạo là xuất phát từ sự thiếu hiểu biết: hoặc là thiếu hiểu biết về cách sống, hoặc là thiếu hiểu biết lẫn nhau. Nếu chúng ta đáp lại bằng sự thù hằn, căm giận, bản thân chúng ta cũng rơi vào chỗ thiếu hiểu biết. Cả hai bên đều đau khổ. Ngược lại, nếu chúng ta hiểu được và cảm thông với sự thiếu hiểu biết của người khác, ta sẽ có khuynh hướng tha thứ hơn là tức giận. Chúng ta có làm thay đổi được người khác hay không, điều đó còn tùy nơi năng lực cảm nhận của họ, nhưng bản thân chúng ta thì chắc chắn sẽ tránh được thương tổn trong những trường hợp này.

Khi chúng ta đau khổ, nếu ta biết nghĩ đến những đau khổ của người khác với sự cảm thông và chia sẻ, nỗi đau của chính bản thân ta sẽ được giảm nhẹ. Ngược lại, sự trách móc, oán giận... chỉ càng làm tăng thêm nỗi đau mà thôi.

Chúng ta phải chấp nhận một thực tế là cuộc đời không sao tránh khỏi những khổ đau. Nhưng trong một chừng mực nhất định, cách hiểu và nhìn nhận vấn đề của chúng ta có thể làm vơi đi đáng kể mức độ đau khổ. Đối diện với từng nỗi khổ đau và tìm hiểu rõ nguyên nhân sâu xa của nó có thể giúp ta có thái độ đón nhận một cách tích cực hơn. Ngay cả khi chúng ta đang hứng chịu một nỗi khổ đau nào đó, chúng ta vẫn thấy tự tin và ít bị thương tổn hơn.

Thiên đàng và địa ngục

Hầu hết các tôn giáo đều có những khái niệm tương tự như là thiên đàng và địa ngục, mặc dù không hoàn toàn giống nhau. Nói một cách khái quát nhất, hai khái niệm này được đưa ra nhằm mục đích răn đe điều ác và khuyến khích điều thiện.

Tôi chưa thể nói chắc với bạn là có thiên đàng hoặc địa ngục ở một cảnh giới nào khác sau khi chúng ta chết hay không, nhưng tôi có thể đoan chắc là có thiên đàng và địa ngục ngay tại đây và trong cuộc sống hiện tại này. Chỉ cần bạn tỉnh thức nhìn sâu vào mỗi giây phút sống của chính mình và thật sự cảm nhận, bạn sẽ thấy rõ được thiên đàng và địa ngục. Hơn thế nữa, nếu bạn chưa làm được điều này, có lẽ bạn chưa thể nào đạt đến một cuộc sống hạnh phúc chân thật.

Nếu bạn chưa từng thực tập một đời sống tinh thần đủ để quan sát chính mình, điều đó cũng không hề gì. Tôi mời bạn hãy cùng tôi quan sát bất kỳ một người nào đó trong cơn nóng giận điên cuồng của họ. Một điều mà chúng ta có thể bắt gặp hầu như không khó khăn lắm trong cuộc sống này.

Hãy nhìn kỹ vẻ mặt của người ấy. Hãy nhìn và so sánh, bạn sẽ thấy không có cách mô tả nào hay hơn là hình dung một ngọn lửa nóng khủng khiếp đang nung đốt trong con người ấy. Chúng ta vẫn thường dùng cụm từ "lửa giận", hoàn toàn xuất phát từ sự liên tưởng rất dễ nhận thấy này.

Nhưng không chỉ là vẻ mặt. Hãy quan sát những hành vi và lắng nghe ngôn ngữ mà người ấy sử dụng. Có thể là bạn sẽ vô cùng ngạc nhiên nếu đó là một người bạn đã từng quen biết. Bởi vì hành vi và ngôn ngữ của họ không có vẻ gì giống với con người bình thường mà bạn quen biết. Họ như bị thúc bách, chi phối bởi những sức mạnh kỳ lạ khiến cho họ trở nên hung bạo gần như vô lý, và thậm chí nhiều khi còn đưa ra những lập luận mà người tỉnh táo không ai có thể chấp nhận được.

Và đó cũng chỉ mới là những gì được biểu hiện ra bên ngoài. Rất tiếc là bạn không thể nhìn thấu vào nội tâm của người ấy. Nhưng lần tới đây, khi bản thân bạn rơi vào một cơn giận dữ, và nếu bạn còn có thể nhớ lại, bạn sẽ có thể tự quan sát những cảm xúc nội tâm của mình.

Trong cơn nóng giận, tâm hồn ta dường như đã hoàn toàn thay đổi. Ta bị nhấn chìm trong những cảm xúc nóng nảy, khó chịu. Ta không còn khả năng cảm nhận được vẻ đẹp, không còn khả năng lắng nghe người khác... Nói chung, ta không còn là chính ta nữa.

Khi rơi vào một tâm trạng như thế là ta đang rơi vào địa ngục, hay hỏa ngục. Ngọn lửa sân hận vô hình đang thiêu đốt ta mà không sao dập tắt được. Tùy theo mức độ của cơn nóng giận, ta sẽ rơi vào những tầng địa ngục khác nhau, với sự nung đốt khác nhau...

Không chỉ là tâm trạng nóng giận. Những sự nghi ngờ, thù hận, ghen ghét, đố kỵ, mặc cảm tội lỗi... đều là những cửa ngõ đi vào địa ngục. Tâm hồn ta sẽ triền miên trong đau khổ nếu ta luôn sống trong những tâm trạng tiêu cực đó.

Và thiên đàng cũng không xa lạ, mà chính là khái niệm đối kháng của địa ngục. Thật ra, chỉ cần ta tránh không rơi vào bất cứ một cửa nẻo địa ngục nào, mỗi giây phút hiện tại quý giá này đều sẽ là thiên đàng trong cuộc sống.

Khi chúng ta nhận thức được điều này, chúng ta sẽ thấy mục tiêu nhắm đến trong cuộc sống của mình không chỉ còn là những thành quả về vật chất. Trong thực tế, những thành quả vật chất tuy là cần thiết nhưng phải được xem là thứ yếu so với những tiến bộ về tinh thần.

Tôi đã từng được biết nhiều người có thu nhập thấp nhưng sống rất vui vẻ, hạnh phúc. Ngược lại, có những người khác giàu có và thành đạt nhưng có cuộc sống rất nặng nề, khổ sở.

Nói như thế không có nghĩa là sự thành công về vật chất ngăn cản những tiến bộ tinh thần của bạn. Nếu có thể đạt được cả hai thì thật là lý tưởng, nhưng thường thì chúng ta rất hiếm khi được may mắn đến thế. Vì vậy, nếu phải chọn lựa một hướng phấn đấu cho cuộc sống của mình, hy vọng là bạn sẽ không chọn những nẻo đường đi vào địa ngục.

Gia đình hạnh phúc

Chúng ta không thể có một cuộc sống hạnh phúc nếu ta không xây dựng được một gia đình hạnh phúc. Điều này thật quá đơn giản, dễ hiểu. Bởi vì phần lớn cuộc sống của chúng ta - đa số những người bình thường - là gắn bó với gia đình.

Điều mà có thể đôi khi chúng ta không nghĩ đến, là gia đình còn rất quan trọng đối với chúng ta bởi vì mỗi gia đình đều có một truyền thống. Những gì bạn có được hôm nay - tôi muốn nói đến cả tinh thần lẫn vật chất - là một sự kế thừa tất nhiên từ ông bà, cha mẹ, tổ tiên nhiều đời... Trong đó, ảnh hưởng trực tiếp của cha mẹ tất nhiên là quan trọng nhất.

Vì thế, chúng ta không chỉ để lại cho con cái sản nghiệp mà chúng ta tạo ra. Chúng ta còn để lại cho chúng cả những hạnh phúc hay khổ đau mà đôi khi bản thân chúng cũng không nhận biết được.

Nếu các bậc cha mẹ luôn hằn học, đối xử thô bạo trong gia đình, con cái của họ sẽ lớn lên trong một môi trường tiêu cực và hun đúc những sự hằn học, thô bạo ấy trong tâm hồn chúng. Chúng sẽ trở nên những người hằn học, thô bạo mà tự thân chúng đôi khi không dễ nhận ra.

Rất ít người biết quan tâm đến cách đối xử với con cái để tạo một gia đình hạnh phúc. Nếu bạn là một trong số những người này, tôi xin chúc mừng bạn.

Thường thì người ta chỉ quan tâm đến việc phải làm thế nào để vui lòng vợ hoặc chồng mình. Cuộc sống hòa hợp giữa vợ chồng được xem là đã quá đủ. Vai trò của con cái thường ít được chú trọng.

Điều này cũng dễ hiểu. Dưới mắt các bậc cha mẹ, con cái bao giờ cũng chỉ là trẻ con. Mà trẻ con suy nghĩ thế nào thì có ảnh hưởng gì đến hạnh phúc gia đình kia chứ? Người ta cho rằng chỉ cần làm tròn trách nhiệm, quan tâm lo lắng đầy đủ cho con cái là đủ rồi. Hơn thế nữa, nếu "cảm thấy" việc gì là tốt đẹp cho con cái, họ sẵn sàng bắt buộc chúng phải nghe theo mà không cần quan tâm đến việc chúng có hiểu và chấp nhận hay không.

Cách nghĩ như thế làm thương tổn rất nhiều cho hạnh phúc gia đình. Bởi vì thật ra trẻ con vẫn có những suy nghĩ, nhận thức riêng của chúng. Chưa nói đến việc dưới mắt của nhiều bậc cha mẹ, "trẻ con" của họ thật ra có thể đã là những thanh niên, thiếu nữ hoặc đã vượt qua cả độ tuổi trưởng thành.

Khi chúng ta cư xử theo cách áp chế con cái, chúng không thể phản kháng, hoặc đôi khi có phản kháng cũng không đi đến kết quả gì. Điều đó để lại trong tâm hồn chúng những thương tổn sâu đậm rất khó hàn gắn sau này. Thường thì bản thân chúng ta cũng có ít nhiều những thương tổn như vậy do cha mẹ ta tạo ra, chỉ cần suy xét kỹ ta có thể nhận ra điều ấy. Theo cách này, những ảnh hưởng tiêu cực được truyền nối từ thế hệ này sang thế hệ khác, và đây là một trong những nguyên nhân khiến cho ta cảm thấy một vài tính cách nào đó dường như là phổ biến trong những thành viên của cùng một gia đình.

Để hiểu được con cái, chúng ta cần tạo ra sự cởi mở, thân mật trong sự tiếp xúc với chúng. Từ lâu, sự nghiêm khắc với con cái vẫn được xem là phương thức giáo dục phổ biến và mang lại hiệu quả nhất. Có lẽ điều này cần xem xét lại. Chúng ta có thể nhìn thấy kết quả của sự nghiêm khắc trong tình huống hiện tại, nhưng về lâu dài nó làm tổn thương nặng nề đến tình cảm giữa cha mẹ và con cái. Trong số những người tôi quen biết, có nhiều người không sao xóa bỏ được những ấn tượng không tốt về cha mẹ, cho dù họ vẫn biết như thế là không phải.

Vì thế, để có một gia đình hạnh phúc, ta nên xem con cái như những thành viên cần phải được quan tâm một cách thích hợp trong gia đình. Nếu con cái đã đủ lớn, chúng cần được tham gia bàn thảo hoặc chia sẻ những vấn đề của gia đình, cho dù quyền quyết định vẫn thuộc về cha mẹ.

Nếu được quan tâm giải thích, đôi khi trẻ con có thể làm chúng ta ngạc nhiên vì khả năng tiếp thu và ghi nhớ của chúng. Vì thế, khi muốn trẻ làm hoặc không làm điều gì, ta cần giải thích cho chúng hiểu hơn là bắt buộc. Có lần, tôi thấy một đứa bé đùa nghịch bằng cách nắm hai cánh bướm và giật ra. Tôi nói với em: "Này em, em có biết là làm như thế thì tối nay con bướm sẽ không thể bay về nhà được nữa không? Em có biết là cha mẹ bướm sẽ trông đợi lo lắng như thế nào không? Hãy nghĩ xem nếu tối nay em không về nhà thì cha mẹ em sẽ trông đợi, lo lắng đến mức nào?"

Hôm sau, trong lúc trời đang đổ mưa, tôi nhìn thấy cũng em bé ấy ngồi bên dòng nước chảy cạnh hiên nhà, cẩn thận vớt mấy con ốc sên đang bị cuốn theo dòng nước. Dứt mưa, em mang mấy con ốc ra đặt nhẹ nhàng dưới một bụi cây. Khi tôi hỏi vì sao em làm như thế, em bé đáp: "Con sợ là tối nay những con ốc sên này sẽ không về nhà được với cha mẹ chúng." Thật cảm động và đáng ngạc nhiên biết bao!

Trẻ con không chỉ là trẻ con. Chúng là tương lai, là thế hệ nối tiếp của chúng ta. Một gia đình hạnh phúc là một gia đình phải tạo ra được sự hòa hợp không chỉ giữa vợ chồng với nhau, mà là cả giữa cha mẹ với con cái nữa. Nếu bạn tạo ra những khoảng cách nhất định nào đó làm cho con cái ngần ngại không chia sẻ những khó khăn của chúng với bạn, chính là bạn đang đe dọa đến hạnh phúc của gia đình.

Con cái cũng cần được giáo dục để biết cách tham gia vào việc xây dựng hạnh phúc gia đình. Vì bản thân bạn có thể cũng đã là nạn nhân của những sai lầm từ các thế hệ trước, bạn nên học biết cách cảm thông và tha thứ. Nhờ đó, bạn sẽ không lặp lại cùng những sai lầm như thế với con cái mình. Nhưng vì bạn cũng là con người, bạn vẫn có thể mắc phải một vài sai lầm khác. Và bạn nên dạy cho con cái cũng biết cảm thông và tha thứ như mình. Tất cả chúng ta đều muốn có một gia đình hoàn hảo, nhưng khiếm khuyết là bản chất tự nhiên của mỗi con người, và chúng ta không vì thế mà đánh mất đi hạnh phúc của sự hòa hợp.

Yêu thương và sở hữu

Có một khuynh hướng mà hầu hết chúng ta đều mắc phải: chúng ta luôn mong muốn được sở hữu tất cả những gì mình yêu thương, ưa thích.

Dạo chơi ngoài vườn, gặp một bông hoa đẹp, ý nghĩ đầu tiên của ta là cắt lấy và mang về. Cho dù ta biết là làm như thế bông hoa sẽ chóng tàn úa hơn, nhưng ta vẫn muốn nó là "của ta", thay vì là để nó lại trong tự nhiên bên bờ giậu.

Chúng ta nuôi chim kiểng, cá cảnh... cũng không ngoài khuynh hướng này, cho dù ta biết rất rõ rằng những con chim trong lồng sắt kia không còn bay nhảy một cách tự nhiên xinh đẹp như khi chúng sống giữa thiên nhiên. Nhưng dù sao đi nữa, chúng là "của ta"!

Khuynh hướng này không chỉ đúng với những vật sở hữu theo cách hiểu như đồ vật, con vật... Nó còn đúng cả trong cách ta đối xử với những người mình thương yêu. Lòng ghen tuông cũng là một trong những biểu hiện của khuynh hướng "của ta" này.

Tuy vậy, lòng yêu thương chân thật không gắn liền với ý muốn sở hữu người mình thương yêu. Hay nói cách khác, chỉ khi ta trừ bỏ được ý muốn sở hữu, ta mới có thể đạt đến sự thương yêu chân thật.

Lòng cha mẹ thương con là một ví dụ điển hình. Không có sự tính toán được mất, hay nói đúng hơn là một thứ tình thương cho đi mà rất hiếm khi nhận lại. Lo lắng chăm sóc cho con từ tấm bé, cho đến khi dựng vợ gả chồng, cha mẹ dường như mất tất cả, không nhận lại được gì. Họ chỉ mong cho con tạo lập được một gia đình hạnh phúc, không hề mong rằng đứa con ấy sẽ mãi mãi là "sở hữu" của riêng mình.

Phần lớn tình thương mà chúng ta ban phát ra trong cuộc sống đều thuộc dạng có điều kiện. Chúng ta rất ít khi yêu thương ai theo cách chỉ đơn thuần vì đó là người ta yêu thương. Khi yêu thương như thế, ta thường không cảm nhận được hết sức mạnh, niềm vui mà tình thương mang lại.

Trong một vài trường hợp, ta cũng có thể bắt gặp những tình yêu vô điều kiện, khi người ta thật sự hết lòng yêu thương ai đó. Sức mạnh của những tình yêu như thế có thể được cảm nhận qua việc người ta sẽ làm bất cứ điều gì vì người mình thương yêu.

Chúng ta nên học cách yêu thương như thế. Đó mới chính là lòng yêu thương chân thật. Lòng yêu thương như vậy có khả năng hàn gắn mọi khổ đau và mang lại cho ta niềm vui sống bất tận. Khi không có được lòng yêu thương chân thật, đôi khi chúng ta làm rất nhiều việc tốt nhưng chúng mang lại cho ta những niềm vui hạn chế.

Như khi ta tham gia cứu trợ chẳng hạn, nếu xuất phát từ lòng thương yêu chân thật muốn chia sẻ khó khăn cùng đồng loại, ta sẽ không cần quan tâm đến việc tên tuổi mình có được ghi nhận và công bố hay không, hoặc công bố theo hình thức như thế nào... Nhiều người không làm được như vậy, nên niềm vui mang lại từ việc làm của họ bị hạn chế.

Khi yêu thương chân thật, ta cũng dễ dàng tha thứ và cảm thông hơn, bởi ta không đòi hỏi người ta yêu thương phải đáp trả như thế nào. Điều đó giúp cho tâm hồn ta thanh thản và thật sự có được hạnh phúc yêu thương.

Khi chúng ta tự quan sát chính mình theo cách hiểu về lòng yêu thương chân thật như thế này, chúng ta dễ dàng tự biết là mình đã đạt được lòng yêu thương chân thật hay chưa. Có thể là chúng ta thấy phần nào xa lạ với cách hiểu này trong những lần thực tập đầu tiên, nhưng khi đã quen thuộc, chúng ta sẽ cảm nhận được rằng nó hoàn toàn khác xa với kiểu tình thương chiếm hữu của chúng ta trước đây: nó mang lại cho chúng ta niềm vui và hạnh phúc chân thật.

Người giàu cũng khổ...

Phần lớn trong chúng ta ai cũng mong muốn được giàu có. Đôi khi, chúng ta bỏ cả nửa cuộc đời hoặc nhiều hơn thế nữa để có thể trở nên giàu có. Sự đầy đủ về vật chất quả thật mang lại cho ta rất nhiều sự thoải mái trong cuộc sống, và cũng bớt đi những nỗi lo toan chuyện cơm áo hằng ngày...

Nhưng nhìn sâu vào vấn đề, người giàu nói chung cũng vẫn có những khó khăn nhất định trong cuộc sống, nhất là khi ta xét từ góc độ đi tìm một cuộc sống hạnh phúc.

Phần lớn người giàu, nếu không nói là tất cả, đều đã nỗ lực rất nhiều để có thể trở nên giàu có. Và dù họ có thành công đến mức độ nào đi nữa, để có được và củng cố vị trí của mình trong xã hội, quả thật với họ cũng không dễ dàng gì.

Vấn đề đối với hầu hết những người giàu là sự khan hiếm thời gian dành cho bản thân và gia đình. Suốt một quá trình nỗ lực lâu dài đã tạo cho họ thói quen làm việc căng thẳng, tích cực, và rất ít người cho rằng điều đó có gì cần phải thay đổi. Kèm theo đó, người giàu có nhiều cơ hội để làm việc. Phần lớn họ là những người làm việc độc lập, có đủ vốn liếng để phát triển công việc không giới hạn. Hoặc nếu họ đi làm cho người khác thì cũng là những cương vị tốt, có thu nhập cao và do đó đòi hỏi trách nhiệm cũng nặng nề.

Những điều ấy dẫn đến một thực tế là người giàu thường có quá nhiều cơ hội tốt để dành thời gian cho công việc. Điều đó mang lại cho họ thu nhập ngày càng lớn hơn, nhưng cũng thu hẹp thời gian họ dành cho bản thân và gia đình ngày càng hiếm hoi hơn.

Ngược lại, những người ở tầng lớp trung lưu hoặc nghèo khó thường có những giới hạn nhất định trong công việc. Họ thường làm việc theo mức độ trung bình, với số giờ lao động thông thường và một mức thu nhập khiêm tốn. Dù họ có muốn làm việc nhiều hơn nữa, cũng ít khi có đủ may mắn để tìm được việc làm thêm thuận tiện. Và như vậy, cách duy nhất để họ tồn tại là phải biết gói gọn cuộc sống theo với mức thu nhập thực tế của mình. Tuy vậy, họ luôn có thời gian dành cho chính mình và cho những người thân trong gia đình.

Xuất phát từ thực tế này, trong những gia đình giàu có, việc quan tâm lo lắng cho con cái thường là đồng nghĩa với việc đáp ứng những nhu cầu vật chất. Con cái được sống sung túc, học hành đầy đủ và không phải thiếu thốn gì. Tuy nhiên, thường thì cha mẹ có ít thời gian dành ra để trực tiếp chăm sóc con cái. Điều này khiến cho con cái lớn lên trong sự thiếu thốn phần lớn tình cảm. Bởi vì, nhu cầu tình cảm của chúng là cần được sự gần gũi, chăm sóc bởi chính bàn tay cha mẹ, không chỉ là được đáp ứng đầy đủ về vật chất.

Ngay cả trong quan hệ giữa vợ chồng với nhau cũng vậy, khuynh hướng chung là trong những gia đình giàu có người ta luôn quá bận rộn để có thể dành thời gian thỏa đáng cho nhau. Và thật không may là điều này không sao có thể bù đắp lại bằng tiền bạc, vật chất. Nếu bản thân bạn là một người giàu có và tránh được tình huống rất thường gặp này, bạn có thể tự hào về điều đó.

Mặt khác, có một tâm lý chung là người ta thường gần gũi, quan tâm đến nhau nhiều hơn trong những hoàn cảnh thiếu thốn. Vợ chồng, con cái trong những gia đình nghèo thường có tình cảm gắn bó rất sâu đậm với nhau. Họ cùng nhau trải qua những giai đoạn khó khăn của gia đình. Họ biết là những người chung quanh lúc nào cũng cần đến sự quan tâm chia sẻ của họ. Sự thiếu thốn vật chất chung của cả gia đình khiến cho họ có những nhu cầu thiết yếu giống như nhau và dễ cảm thông nhau. Ngược lại, trong những gia đình giàu có, người ta không có gì thiếu thốn mà thường chỉ chạy theo những ham muốn riêng tư của mỗi người. Vì nhu cầu không giống nhau nên họ cũng ít gần gũi nhau.

Tất nhiên chúng ta chỉ đang nói đến cái chung chung, không đề cập đến từng trường hợp cụ thể. Nếu người giàu tự ý thức được những điều này, họ có thể có sự điều chỉnh thích đáng để tạo một không khí gia đình ấm cúng hơn, trong đó các thành viên đều quan tâm và dành thời gian thỏa đáng cho nhau. Điều chắc chắn là như thế ta sẽ bớt giàu hơn đôi chút, nhưng môi trường tình cảm sẽ tốt đẹp hơn và gia đình vì thế được hạnh phúc hơn.

Lựa lời mà nói cho vừa lòng nhau

*L*ời nói là một trong những yếu tố chi phối phần lớn cuộc sống của chúng ta. Khi tiếp xúc với ai lần đầu tiên, phong cách nói năng của người ấy có thể để lại trong ta một ấn tượng tốt hay xấu.

Nhiều người cho rằng việc nói năng dịu ngọt là biểu hiện của sự không trung thực, và họ thích giao tiếp với những người có lối nói thẳng thừng, bộc trực hơn.

Định kiến này không có gì để đảm bảo là đúng cả. Bản chất trung thực hay gian trá của một người không quan hệ đến việc người ấy nói năng dịu dàng hay thô thiển. Tuy nhiên, tôi có thể nói chắc điều này: Không ai trong chúng ta lại không thích nghe những lời êm ái hòa nhã hơn là những lời đốp chát, thô lỗ. Tục ngữ ta đã có câu "Lựa lời mà nói cho vừa lòng nhau" cũng là nói lên ý này.

Nói năng dịu ngọt, chọn lựa từ ngữ... không có nghĩa là nói lời gian dối, không đúng sự thật. Đó là hai việc hoàn toàn khác nhau. "Lựa lời mà nói" có nghĩa là vẫn cùng một ý tưởng, một quan điểm... nhưng được cố gắng diễn đạt, trình bày theo cách êm ái, hòa nhã nhất.

Phong cách nói năng là một lợi thế không tốn kém, nhưng thường có thể mang lại cho ta những kết quả tốt đẹp không ngờ. Tuy nhiên, trước hết ta hãy thử xét qua trường hợp của những người nói năng "không lựa lời".

Khi chúng ta nói năng theo cách nặng nề, thô lỗ, không những người nghe cảm thấy bị xúc phạm, mà chính bản thân chúng ta cũng có rất nhiều điều bất lợi.

Trước hết, tâm trạng của ta trở nên nóng nảy, bực dọc theo với ngôn ngữ mà ta dùng. Điều này làm cho ta mất đi một phần sự suy xét, phán đoán sáng suốt. Thêm vào đó, cách nói năng nặng nề sẽ tập nhiễm thành một thói quen, và nó gieo cấy vào tâm hồn ta những hạt giống nóng nảy, bực dọc, làm cho tính tình ta dần dần thay đổi theo hướng xấu đi.

Đối với người nghe, thật không dễ chịu chút nào khi phải chịu đựng những lời nặng nề, thô lỗ. Điều này có thể làm thay đổi cách nhìn nhận vấn đề theo hướng xấu hơn.

Ngược lại, khi ta chú ý lựa chọn cách nói năng hòa nhã, trước hết ta giữ được sự thanh thản, sáng suốt của chính mình. Thói quen nói năng hòa nhã là một trong những phương thức hữu hiệu để tu dưỡng tính tình. Như vậy, chúng ta vừa tránh làm thương tổn người khác mà đồng thời cũng có lợi cho chính bản thân mình.

Khi vấn đề được trình bày theo cách ôn hòa, người nghe sẽ dễ chấp nhận hơn vì điều đó tỏ ra là họ đang được tôn trọng. Ngay cả khi có sự bất đồng, chắc chắn chúng ta cũng sẽ nhận được một phản ứng êm dịu hơn.

Nói năng hòa nhã cũng là cách rất tốt để ta luôn tỉnh thức trong giây phút hiện tại. Khi ta nói, ta biết mình đang muốn nói gì và nên nói ra như thế nào. Bằng cách đó, chúng ta ý thức đầy đủ về bối cảnh giao tiếp hiện tại mà không bị chi phối bởi bất cứ định kiến hay sự lơ đễnh nào.

Nói năng theo cách nặng nề, thô lỗ thường là do thói quen tập nhiễm lâu ngày. Nói năng hòa nhã cũng là một thói quen ngược lại mà ta hoàn toàn có thể tạo ra được. Để có được hạnh phúc trong cuộc sống, chúng ta không thể không quan tâm đến việc "lựa lời mà nói cho vừa lòng nhau".

Sống đơn giản

Sống đơn giản là một trong những phương thức giúp bạn có được hạnh phúc trong cuộc sống mà không đòi hỏi phải tốn kém nhiều, nhưng ngược lại nó đòi hỏi một sự hiểu biết và quyết tâm kiên trì thực hiện, bởi vì thay đổi cách sống là một trong những điều khó làm nhất đối với hầu hết chúng ta.

Sống đơn giản hoàn toàn không có nghĩa là gạt bỏ những nhu cầu thiết yếu trong cuộc sống. Chỉ có điều là, chúng ta thường có quá nhiều nhu cầu để đòi hỏi, đến nỗi ta khó lòng phân biệt được đâu là những nhu cầu tối thiểu và thiết yếu cho cuộc sống.

Hơn thế nữa, chúng ta thường xác định những gì mình cần dựa vào nhận thức của những người chung quanh, thay vì là theo phán đoán của chính mình. Đây là một điều nghe có vẻ như vô lý, nhưng tiếc thay đó lại là sự thật đối với rất nhiều người. Nếu bạn là ngoại lệ, đó là một điều rất tốt cho chính bản thân bạn.

Nếu chúng ta không quay nhìn lại để tự giới hạn những mong muốn của mình, những mong muốn ấy sẽ không bao giờ tự nó có giới hạn. Vấn đề ở đây là, bạn phải giới hạn những nhu cầu của mình ở mức độ nào? Điều đó có thể là khác nhau ở mỗi người. Với tôi, một máy điện toán cá nhân là vô cùng thiết yếu, nhưng với một người khác, có thể đó là sự xa xỉ.

Bạn cần phải tự xác định những nhu cầu nào là thiết yếu đối với chính mình, chứ không phải là ai khác. Có một nguyên tắc tương đối đơn giản để bạn làm được điều đó.

Khi việc loại bỏ một nhu cầu làm cho bạn cảm thấy dễ chịu hơn là theo đuổi và đạt được nó, bạn có thể yên tâm gạt bỏ nó ra khỏi danh sách phấn đấu của mình.

Chẳng hạn như, bạn nghĩ rằng mình cần gắn một máy điều hòa không khí trong nhà, vì có những ngày nóng bức bạn cảm thấy dường như không sao chịu nổi. Tất nhiên, điều trước tiên là bạn phải ước tính ngân sách cho việc này. Thêm vào đó, bạn cũng phải tính đến hóa đơn tiền điện tăng vọt hàng tháng do việc sử dụng máy điều hòa không khí. Nếu thu nhập của bạn là vào mức trung bình hoặc không cao lắm, những điều này hẳn sẽ tạo một áp lực khá căng thẳng lên sự cân đối thu chi của bạn.

Ngược lại, về phía bên kia của vấn đề là sự thoải mái có được sau khi gắn máy điều hòa không khí. Điều này lại tùy thuộc vào thời gian bạn có mặt ở nhà và cần dùng đến máy, kèm theo với mức độ nóng gắt của thời tiết đã tác động đến bạn như thế nào...

Bây giờ, bạn thử nghĩ đến việc loại bỏ kế hoạch gắn máy điều hòa không khí. Nếu sự dễ chịu mang lại do quyết định này - vì loại trừ được sự căng thẳng về tài chánh - có thể lớn hơn là sự dễ chịu mà bạn có được sau khi gắn máy điều hòa không khí, điều đó có nghĩa là bạn có thể yên tâm gạt bỏ nhu cầu này.

Bạn có thể xem xét vấn đề một cách tương tự trước khi mua sắm thêm đồ đạc trong nhà, quyết định một kỳ nghỉ ở xa, hay tu sửa nhà cửa vào dịp năm mới... Mỗi một vấn đề đều có thể là thiết yếu hoặc không thiết yếu. Điều đó phụ thuộc vào hoàn cảnh cụ thể và khả năng tài chánh của chính bạn.

Chỉ cần chúng ta đặt thành vấn đề quan tâm xem xét, có rất nhiều trong số những chi tiêu thông thường của chúng ta có thể được cắt giảm mà không mang lại bất cứ một sự thay đổi khó chịu nào cho cuộc sống. Và điều đó cũng có nghĩa là ta sẽ được dễ chịu hơn do sự giảm nhẹ áp lực tài chánh.

Thường thì chúng ta không chọn lối sống đơn giản chỉ vì những người quanh ta không chọn sống như thế. Một áo sơ mi tuy cũ nhưng có thể vẫn còn dùng rất tốt, sẽ bị thay thế không phải vì chủ nhân của nó thật sự muốn thay thế, mà chỉ vì chung quanh anh ta mọi người đều đã mặc những chiếc áo mới, theo một thời trang mới...

Chúng ta cần thay đổi quan niệm ấy. Chúng ta cần điều gì, đó là cho chính bản thân ta, gia đình ta. Không cần thiết lúc nào cũng phải quan tâm đến việc người khác nghĩ như thế nào về điều đó. Bởi vì người khác hoàn toàn không hề chịu trách nhiệm về hạnh phúc của chúng ta.

Không chỉ là vấn đề tài chánh. Khi bạn chọn một lối sống đơn giản hơn, bạn sẽ có nhiều thời gian hơn cho bản thân và cho gia đình hoặc những người thân yêu khác. Chính thời gian ấy là vốn quý mà bạn phải cần đến để tạo dựng đời sống hạnh phúc. Bạn sẽ không phải tất bật ngày đêm, quay cuồng trong công việc để có đủ thu nhập đáp ứng cho những nhu cầu vượt mức của mình.

Giáo dục cho con cái trong gia đình nếp sống đơn giản cũng có ý nghĩa rất quan trọng, không chỉ là việc tiết kiệm đôi chút tiền bạc. Tạo ra cho con cái một hướng suy nghĩ đúng đắn về nếp sống đơn giản, đó là tạo dựng nền tảng hạnh phúc cho cuộc sống của chúng sau này. Bạn cần giáo dục điều đó bằng hành động cụ thể, không chỉ bằng lời nói. Bạn không nên cho phép con cái vất bỏ những món đồ dùng cũ chỉ vì đua đòi theo bè bạn. Tôi biết có rất nhiều người vì thương con đã đáp ứng đầy đủ ngay cả những yêu cầu vật chất gần như vô lý. Điều đó không có lợi chút nào cho cuộc sống của chúng trong tương lai.

Khi bạn chọn nếp sống đơn giản, bạn cũng bày tỏ sự cảm thông với những người khác còn nhiều khó khăn, thiếu thốn trong cuộc sống. Và đồng thời bạn cũng dễ có được niềm vui chia sẻ vật chất cùng với họ.

Sống đơn giản không phải là một ý tưởng phức tạp khó hiểu, nhưng thật sự là một việc rất khó làm. Bạn cần phải kiên nhẫn trong việc thay đổi dần những nếp suy nghĩ của chính mình. Tuy nhiên, nếu bạn có đủ quyết tâm để thực hiện, bạn sẽ được bù đắp xứng đáng bằng những niềm vui mà cuộc sống đua đòi bon chen không thể nào mang đến cho bạn được. Và đây chính là nền tảng cơ bản cho một cuộc sống yên vui, hạnh phúc.

Lời nói và việc làm

Có câu tục ngữ rằng: "Nói dễ hơn làm". Chính vì vậy mà chúng ta thường nói nhiều hơn những việc mình làm. Điều này có vẻ như chẳng có gì quan trọng cho lắm. Hơn nữa, nếu ai ai cũng đều có thói quen như thế thì việc gì phải quan tâm kia chứ?

Tuy nhiên, nếu bạn thật sự muốn có một cuộc sống hạnh phúc, bạn rất cần phải quan tâm suy nghĩ về việc này.

Lời nói là một biểu hiện của tinh thần. Trong lòng ta thế nào thì lời nói bộc lộ ra thế ấy. Ngược lại, khi được thể hiện ra rồi, lời nói lại gieo cấy những hạt giống tốt hoặc xấu vào tâm hồn chúng ta. Vì thế, muốn tâm hồn chân thật thì lời nói tất nhiên cũng phải chân thật. Việc nói năng tùy tiện, bừa bãi có những tác hại sâu xa mà chúng ta không thể không quan tâm sửa đổi.

Chúng ta có thể dễ dàng đồng ý với nhau về tác hại của những lời nói dối. Hiển nhiên là nó đánh mất đi giá trị tự thân của người nói, khiến cho mọi người không còn tin cậy vào anh ta được nữa, ngay cả khi anh ta đã từ bỏ việc nói dối. Vì thế, những gì người nói dối đánh mất đi là nhiều hơn những gì họ đạt được.

Nhưng không phải ai cũng có thể thấy được tác hại của những lời đùa cợt hoặc khoe khoang, khoác lác... Bởi vì chúng có vẻ như chẳng hại gì đến ai cả.

Trong thực tế, những lời đùa cợt không thật hay những lời khoe khoang vượt quá sự thật chính là tiền thân của những lời nói dối.

Rất nhiều người trong chúng ta đã biết qua cảm giác ngượng ngập, lúng túng khi lần đầu tiên nói dối. Người nói đang đứng trước ranh giới giữa sự chân thật và dối trá, và cảm giác này giống như một phản ứng tự nhiên của bản thân để cố ngăn không cho ta rơi vào sự dối trá. Thường thì người nghe rất dễ nhận ra vẻ lúng túng ấy để biết là mình đang bị nói dối. Tuy nhiên, nếu chúng ta lập lại việc nói dối nhiều lần, chúng ta không còn cảm giác lúng túng, ngượng ngập như lần đầu.

Và chính những lời đùa cợt hay khoe khoang cũng có tác dụng xói mòn làm mất đi cảm giác ngượng ngập, lúng túng đã ngăn cản không cho ta nói dối. Nếu bạn thường xuyên đùa cợt, khoe khoang quá trớn, bạn sẽ rất dễ dàng chuyển sang nói dối mà không có chút gì ngần ngại.

Mặt khác, bản thân người nói không phải bao giờ cũng ý thức rõ được mình đang nói những lời không thật. Nếu ta nhận được sự thán phục hoặc tán đồng từ người khác, dần dần ta sẽ có cảm giác như mình đang nói thật. Nhưng thật ra, ta đang lừa dối chính bản thân mình. Và điều này về lâu dài sẽ khiến cho ta mất khả năng phân biệt rạch ròi giữa sự chân thật và dối trá.

Một khuynh hướng rất thông thường là chúng ta luôn nói nhiều hơn mức cần thiết. Một trong những lý do dẫn đến điều này cũng là vì "nói dễ hơn làm". Đôi khi chúng ta tập thành thói quen nói rất nhiều mà không quan tâm đúng mức đến những gì mình nói ra. Sự "lạm phát" lời nói này luôn được những người chung quanh ta cảm nhận được và phản ứng lại bằng cách đánh giá thấp lời nói của ta. Điều này cũng có nghĩa là chỉ cần ta bớt nói đi, lời nói của ta sẽ tự nhiên có giá trị cao hơn.

Nhưng vấn đề cũng không đơn giản chỉ có thế. Việc nói

năng tùy tiện, bừa bãi còn làm ta đánh mất đi năng lực suy nghĩ chín chắn đối với từng vấn đề. Thay vì tập trung sự chú ý sáng suốt để tìm ra giải pháp tốt nhất, ta dễ dàng hài lòng với bất cứ phát biểu nào vừa chợt nghĩ ra được.

Biết hạn chế lời nói một cách thích hợp, chúng ta còn tiết giảm được một năng lượng đáng kể cần thiết cho cơ thể. Cũng có thể bạn có phần nào hoài nghi về việc nói nhiều có ảnh hưởng đến sức khỏe, nhưng đó là sự thật. Người xưa cũng đã nhận biết được điều này nên có nói: "Khẩu khai thần khí tán." (Miệng mở ra là thần khí phải hao tổn.) Tất nhiên, nói như vậy hoàn toàn không có nghĩa là chúng ta phải trở nên lầm lỳ ít nói, có điều là chỉ nên nói những gì ta thấy cần thiết mà thôi.

Khi chúng ta biết quan tâm hạn chế những lời nói không cần thiết, chúng ta sẽ tiến dần đến chỗ làm được tất cả những gì mình nói.

Để cho lời nói đi đôi với việc làm không phải là chuyện dễ dàng. Nhưng nếu ta chỉ nói ra những điều đã cân nhắc thận trọng thì điều này hoàn toàn có thể thực hiện được.

Khi nói ra với sự ý thức đầy đủ là mình sẽ thực hiện lời nói đó, chính là chúng ta đã biết sống tỉnh thức trong hiện tại mà không buông bỏ những giây phút sống của mình vào sự lơ đễnh, lãng quên.

Việc giữ cho lời nói đi đôi với việc làm sẽ hoàn thiện nhân cách của bạn rất đáng kể. Và điều này có thể dễ dàng nhận ra được qua cung cách mà những người chung quanh sẽ đáp lại đối với bạn. Bạn sẽ không còn mấy khi phải nghe người khác than phiền về chuyện "nói dễ hơn làm".

Hạnh phúc là điều có thật

𝒞húng ta đã cùng nhau đi qua một chặng dài trên con đường hướng đến hạnh phúc chân thật. Tôi không biết chắc là bạn có hoàn toàn đồng ý với những gì đã được trình bày hay không, nhưng chỉ hy vọng một điều là bạn nhận ra quan điểm về hạnh phúc chân thật nêu lên trong cuốn sách này.

Hạnh phúc chân thật là sự yên vui, thanh thản mà mỗi chúng ta có thể đạt đến bất chấp những khó khăn hay nghịch cảnh. Bởi vì có quá nhiều những khó khăn và nghịch cảnh trong cuộc sống này, nên chúng ta không thể để cho chúng ngăn chặn hoặc cướp mất đi niềm vui sống của ta. Bằng không, ta sẽ chẳng bao giờ được yên vui cả.

Như vậy, hạnh phúc chân thật không thể phụ thuộc vào những gì chúng ta có được, mà nó hoàn toàn đạt đến bằng vào cách sống của chúng ta. Có thể chúng ta còn nghèo khó, hoặc rất giàu sang, hoặc gặp nhiều may mắn, hoặc có lắm rủi ro... nhưng nếu chúng ta có một nhận thức đúng về cuộc sống và biết sống hết lòng, chúng ta đều có thể đạt đến cuộc sống yên vui, hạnh phúc ngay trong hoàn cảnh của chính mình.

Một khi bạn buông bỏ những quan điểm sai lầm, bạn sẽ dễ dàng nhận ra được rằng hạnh phúc là điều có thật, ở ngay trong tầm tay chúng ta, ngay tại đây và trong giây phút này, trong từng hơi thở biểu hiện sự tồn tại của ta trong cuộc sống nhiệm mầu này.

Mong sao những gì bạn đọc được trong cuốn sách này sẽ không góp thêm phần vào gánh nặng tri thức của bản thân, bởi người viết không hề có dụng ý đó. Những điều được viết ra ở đây hoàn toàn nhằm vào mục đích thực hành, và tôi tin chắc là bạn chỉ có thể thật sự cảm nhận được hết khi áp dụng chúng vào cuộc sống.

Chúng ta gắn bó với cuộc sống này thông qua từng hơi thở. Đôi khi chúng ta không thật sự tiếp xúc được với cuộc sống, bởi vì chúng ta thường lãng quên không chú ý đến hơi thở của chính mình. Không biết có hơi thở, tức là không biết có cuộc sống. Cuộc sống sẽ không là gì cả nếu không là hiện tại mà ta đang cảm nhận. Vì vậy, chúng ta không thể tiếp xúc với cuộc sống nếu chúng ta lãng quên hơi thở trong hiện tại.

Có thể bạn hoài nghi điều đó. Nhưng bạn không thể không nhận ra điều này. Khi không tỉnh thức trong hiện tại, bạn sẽ ngay lập tức bị cuốn hút về với quá khứ hoặc tương lai. Và thật đáng buồn là chẳng bao giờ có thể có được hạnh phúc trong quá khứ hoặc tương lai.

Vì vậy, trước khi chia tay tôi mời bạn hãy cùng tôi thử đến với cuộc sống qua chừng vài mươi hơi thở, hoặc có thể nhiều hơn nữa nếu sau đó bạn cảm thấy có sự thích thú.

Trước tiên, xin mời bạn hãy mỉm cười. Bạn không cần phải nêu ra một lý do nào đó cho việc mỉm cười. Chỉ một việc bạn đang tồn tại và đang đến cùng cuộc sống, như thế là đã quá đủ để mỉm cười.

Bây giờ, mời bạn hãy ngồi xuống, thật thoải mái. Bạn đang ở trong phòng khách ư, cũng tốt. Bạn đang đi dạo ngoài vườn ư, càng tốt hơn. Bạn cũng có thể là đang ở bất cứ đâu, thậm chí bạn đang đọc những dòng này trên xe buýt. Không hề gì. Chỉ cần bạn hãy chuẩn bị cho mình một tư thế thật thoải mái trong điều kiện hiện có.

Và giờ thì xin bạn hãy buông bỏ đi bao nhiêu băn khoăn lo lắng của những ngày qua, toan tính dự định của hôm nay...

Dành trọn vẹn tâm trí cho giây phút hiện tại này, bạn bắt đầu thở vào.

Khi hơi thở khoan thai đi vào, bạn không cần nghĩ đến bất cứ chuyện gì khác, chỉ biết là bạn đang thở vào.

Khi thở ra, bạn cũng không nghĩ đến chuyện gì khác, chỉ biết là bạn đang thở ra.

Thở vào, thở ra, bạn luôn tỉnh táo nhận biết trong từng hơi thở, và không để cho bất cứ suy nghĩ nào khác xen vào quấy rối. Hơi thở này là cuộc sống. Tôi đang tiếp xúc cùng cuộc sống và tôi không cần biết đến chuyện gì khác nữa.

Cách chú tâm vào hơi thở như thế này có thể giúp bạn lắng đọng tâm trí, trở nên yên tĩnh, sáng suốt trong một trạng thái không bị xáo động bởi bất cứ chuyện gì.

Bạn có thể thực hành thở lâu hoặc mau, hoặc vào bất cứ lúc nào thuận tiện trong ngày, nhưng tốt nhất bạn nên dành một vài khoảng thời gian đều đặn mỗi ngày để thực tập. Bạn cũng có thể áp dụng nó như một phương thuốc an thần hữu hiệu mỗi khi bạn gặp những xáo trộn trong cuộc sống, hay lúc tâm trí căng thẳng nhiều lo nghĩ...

Vấn đề ở đây là bạn không phải làm gì khác ngoài việc ngồi yên và chú tâm vào hơi thở. Chỉ cần như thế, bạn sẽ quay trở về tiếp xúc với cuộc sống này, và bạn sẽ nhận ra chẳng có gì là có thể quan trọng hơn điều đó cả.

Bạn không cần mong cầu đạt đến những kinh nghiệm tâm linh sâu xa như các vị thiền sư, mặc dù điều đó là hoàn toàn có thể đạt được. Tôi chỉ mong bạn cố gắng thực hành nếp sống tỉnh thức này đủ để một lúc nào đó không xa lắm sẽ có thể vui vẻ nói cùng tôi: "Vâng, hạnh phúc là điều có thật!"

MỤC LỤC

Thay lời tựa 5
Thời gian là vốn quý 9
Giá trị của nụ cười 15
Cơm no, áo ấm, không khí trong lành... 19
Cuộc sống chính là hiện tại 25
Suy nghĩ những gì có lợi... 31
Chọn lọc môi trường sống 35
Ngồi thiền 41
Nhìn sâu vào mỗi sự vật... 45
Bước đi không cần nơi đến... 49
Nhịp điệu của cơ thể 55
Nét đẹp trong cuộc sống 59
Có nên mong đợi một ngày mai? 65
Những sợi dây vô hình 69
Những nguồn năng lượng tinh thần 73
Không còn sợ hãi 79
Hạnh phúc trong sự hòa hợp 83
Nuôi dưỡng tâm hồn 87
Tình cảm chân thật và sự hiểu biết 91
Một là tất cả 97

Nghệ thuật phản đối 103
Đối diện khổ đau 107
Thiên đàng và địa ngục 111
Gia đình hạnh phúc 115
Yêu thương và sở hữu 119
Người giàu cũng khổ 123
Lựa lời mà nói cho vừa lòng nhau 127
Sống đơn giản 129
Lời nói và việc làm 133
Hạnh phúc là điều có thật 137

www.ingramcontent.com/pod-product-compliance
Ingram Content Group UK Ltd.
Pitfield, Milton Keynes, MK11 3LW, UK
UKHW022225230420
12048UKWH00016BA/1069